अभिप्राय

जुन्या भावनांना आधारभूत असलेल्या श्रद्धा उद्ध्वस्त झाल्यामुळं माणूस आता अनिवार वासनांच्याद्वारे त्यांची उणीव भरून काढण्याचा प्रयत्न करीत आहे. वि.स. खांडेकरांनी केलेली वर्तमान समाजमनाची चिकित्सा पाव शतक उलटून गेलं तरी आजही तंतोतंत लागू कसं पडतं, याचं आश्चर्य वाटतं नि विषादही!

तरुण भारत, सोलापूर, ११-७-०४

दारिद्र, अज्ञान व धर्मभोळेपणा हे ऐहिक जीवनाला लागणाऱ्या या तीन महारोगांचा मुकाबला करण्यासाठी राष्ट्रप्रेमाने ओथंबलेली, बुद्धिवादानं उजळलेली आणि वास्तव पचविण्याची शक्ती असणाऱ्या मनांची या कामासाठी आवश्यकता आहे. खांडेकरांनी केलेली वर्तमान समाजमनाची चिकित्सा समजून घ्यायची तर हे वैचारिक लेखन वाचायलाच हवं.

तरुण भारत, नागपूर, २-८-०४

खांडेकरांचे संपन्न वैचारिक विश्व

दैनिक तरुण भारत, मुंबई, २६-९-२००४

खांडेकर रजत-स्मृतिपुष्प

अज्ञाताच्या महाद्वारात

वि. स. खांडेकर

संपादक
डॉ. सुनीलकुमार लवटे

मेहता पब्लिशिंग हाऊस

Please contact us at **Mehta Publishing House,** Pune 411030.
Email : production@mehtapublishinghouse.com
Website : www.mehtapublishinghouse.com

ADNYATACHYA MAHADWARAT by V. S. KHANDEKAR

अज्ञाताच्या महाद्वारात : वि. स. खांडेकर / वैचारिक लेख

संपादक : डॉ. सुनीलकुमार लवटे

Email : author@mehtapublishinghouse.com

© सुरक्षित

मराठी पुस्तक प्रकाशनाचे हक्क मेहता पब्लिशिंग हाऊस, पुणे.

प्रकाशक : सुनील अनिल मेहता, मेहता पब्लिशिंग हाऊस,
१९४१ सदाशिव पेठ, माडीवाले कॉलनी, पुणे - ४११०३०.

मुखपृष्ठ : चंद्रमोहन कुलकर्णी

प्रथमावृत्ती : जुलै, २००४ / जानेवारी, २०१२ / पुनर्मुद्रण : ऑगस्ट, २०१६

P Book ISBN 9788177664720
E Book ISBN 9789386342829
E Books available on : play.google.com/store/books
www.amazon.in

धूरचि मागे नि पुढे...

“...दारिद्र्य, अज्ञान व धर्मभोळेपणा हे ऐहिक जीवनाला लागणारे तीन महारोग होत ! मूलत: हे मनाचे महारोग होत. ते परस्परांना पोषक आहेत. त्यांच्याशी मुकाबला कसा करायचा हे आपण अद्यापि शिकलो नाही. राष्ट्रप्रेमाने ओथंबलेली, बुद्धिवादानं उजळलेली आणि वास्तव पचविण्याची शक्ती असलेली मनंच हे काम करू शकतील. एक व्रत म्हणून लोकजागृतीच्या या कामाला वाहून घेणाऱ्या कार्यकर्त्यांची परंपरा प्रत्येक देशात अखंड चालू राहावी लागते. अज्ञान, दैववाद, विज्ञानविन्मुखता, अंतरंगी भोगासाठी भुकेलेला पण बाहेरून विरक्तीचा आव आणणारा दंभ इत्यादिकांच्या आहारी गेलेला समाज आमूलाग्र बदलणं हे काम सोपं नाही, हे लोकशिक्षणाचं किचकट आणि कष्टप्रद कार्य आहे. ते वर्षानुवर्षे व निष्ठेनं आणि चिकाटीनं करावं लागतं. आपल्या कुटुंबाच्या पलीकडे न पाहाणारी, सामाजिक सुखदु:खाचं सोयरसुतक नसलेली आणि सत्ता व संपत्ती यांच्या दिशेने निघालेल्या दिंडीत आशाळभूतपणानं सामील झालेली सुशिक्षित मंडळी हे आवश्यक परिवर्तन घडवू शकणार नाहीत-” अशी ठाम धारणा झालेले वि. स. खांडेकर जेव्हा आपल्या ललितेतर लेखनात समाजचिंतक म्हणून आपल्या पुढे येतात तेव्हा त्यांच्या समाजचिंतकाची स्थिती धुरात (किंवा धुक्यात !) वाट हरवलेल्या वाटसरूसारखी होते खरी. त्यांनी केलेल्या समग्र वैचारिक लेखनात त्यांच्या मनात असलेली साररूप चिंता, खंत त्यांनी प्रस्तुत संग्रहातील ‘कळस झगझगीत पाया भुसभुशीत’ या लेखात वरील शब्दात व्यक्त केली आहे. खांडेकरांच्या मनात भविष्याचे भय होते तसाच वर्तमानाचा उबगही ! आपला देश नैतिक अराजकाच्या विळख्यात फसल्याचं दु:ख त्यांच्या समग्र वैचारिक, समाज चिंतनपर लेखनाचं सूत्र होय. मागे जाता येत नाही नि पुढे मार्ग नाही अशा विचित्र स्थितीत भारत सन १९७०च्या दरम्यान होता. ‘अज्ञाताच्या महाद्वारात’ मधील हे सारे वैचारिक लेख, निबंध ‘सौख्य खुजे, दु:ख खुजे, धूरचि मागे नि पुढे’ सारख्या विमनस्क स्थितीची निर्मिती होय. पाव शतक

उलटून गेले तरी उपरोक्त स्थितीत तसूभर बदल झालेला नाही. उलट स्थिती अधिक शोचनीय झाली आहे खरी ! अशा स्थितीत 'अज्ञाताच्या महाद्वारात' आपण प्रवेश केला तर मार्ग सापडू शकेल असे वाटल्यावरून संग्रहातील हे लेख संकलित, संपादित करून वाचकांपुढे सादर करीत आहे. अंधार फार झाला असला तरी धुरात हरवलेली वाट धुकं सरताच सापडते यावर माझा अनुभवजन्य विश्वास आहे. तो तुमच्यात जागवण्यासाठीच हा ग्रंथ-प्रपंच.

'आपल्या ललित साहित्याची लांबी, रुंदी वाढली आहे; पण त्याची उंची व खोली वाढायची असेल तर सत्याच्या सुंदर बाजूप्रमाणे, त्याच्या सर्व कुरूप बाजूही आमच्या प्रतिभावंतांनी कवळल्या पाहिजेत' असं खांडेकरांचं मत असल्यानेच त्यांनी समाजातील अमंगलावर प्रहार करणारं वैचारिक लेखन केलं. त्यांच्या ललित लेखनाचा मूलाधारही समाज चिंतनच होता. साहित्यिक खांडेकरांनी आपल्या प्रारंभी-पासूनच्या लेखनास अढळ अशी सामाजिक बैठक दिली. सामाजिक बांधिलकीची त्यांची नाळ शेवटपर्यंत अतूट राहिली कारण खांडेकरांनी आपल्यातील निरीक्षक नि टीकाकार कधी मरू दिला नाही. खांडेकरांच्या वैचारिक लेखनाचा प्रकाशन काळ १९२७ ते १९७३ असा दिसत असला तरी ते शेवटपर्यंत (१९७६) वैचारिक लेखन करत होते. हे या संग्रहाच्या शेवटी दिलेल्या तीन अप्रकाशित लेखांवरून स्पष्ट होईल. ते लेख 'संस्कारित करावयाचे अपुरे लेखन' असले तरी त्यात विचारपूर्णता आढळल्याने ते देण्यात आले आहेत. खांडेकरांचे समग्र प्रकाशित परंतु असंकलित व अप्रकाशित वैचारिक साहित्य संपादित रूपात वाचकांपुढे ठेवण्याच्या धडपडीतून हे पुस्तक साकारले आहे. यापूर्वी हातावेगळ्या केलेल्या 'वन्हि तो चेतवावा' या विचार संग्रहाचेच हे पाठीवरचे भावंड म्हणून 'अज्ञाताच्या महाद्वारात'कडे पहावे लागेल. या पुस्तकाच्या शीर्षकाची कल्पना वि. स. खांडेकरांचीच. सन १९६८ ते १९७६ च्या सुमारे दशकाभराच्या काळातील बारा वैचारिक लेख 'अज्ञाताच्या महाद्वारात'मध्ये संगृहित आहेत. वि. स. खांडेकरांच्या हयातीत त्यांच्या वैचारिक, सामाजिक लेखांचा एक संग्रह 'ध्वज फडकत ठेवू या' शीर्षकाने प्रकाशित झाला होता. (२ ऑक्टोबर, १९७५). 'सामाजिक जडत्व' विषयावर केंद्रित या

संग्रहात अस्पृश्यतेचा विषवृक्ष गाडण्याची प्रेरणा खांडेकरांनी वाचकांना दिली होती. 'अज्ञाताच्या महाद्वारात' लेख संग्रहाचा काळ तोच असला तरी विषय भिन्नता व वैविध्य यामुळे हा संग्रह आपणास नवी जाण, नवे क्षितिज, नवी मूल्ये देतो.

वि. स. खांडेकराच्या जीवनाची घडण भारताच्या स्वातंत्र्य चळवळीने केली. त्यामुळे राष्ट्रगीत, राष्ट्रध्वज, राष्ट्रभक्तीविषयीची त्यांच्या मनातील तळमळ अनेक वैचारिक लेखांतून स्पष्ट होत राहिली आहे. " 'वंदे मातरम्' चा खरा अर्थ' मध्ये देशाचं नंदनवन राष्ट्रगीते गाऊन होत नाही. गीतास जोवर कृतीची जोड लाभणार नाही तो वर इथल्या वाळवंटांची नंदनवनं होणार नाहीत हे ते स्पष्ट करतात. खांडेकरांच्या वैचारिक लेखनास व्यक्तिगत जीवनाचा स्पर्श असतो. स्वानुभवातून ते प्रबोधन करत असल्याने वाचकांच्या हृदयास जाऊन ते भिडते. 'वंदे मातरम्' सारखं राष्ट्रीय गीत ते बाल, कुमार, किशोर, तरूण नि प्रौढपणी पण म्हणत राहतात. गीतं माणसास कशी प्रगल्भ करतात, गीतांच्या अन्वयार्थ बोधातून जीवनबोध कसा होत जातो याचा सुंदर वस्तुपाठ खांडेकर या लेखातून प्रस्तुत करतात. खांडेकरांच्या पुढे इस्त्रायलचा आदर्श आहे. स्वाभिमानी, विज्ञाननिष्ठ पिढीसच 'वंदे मातरम्' गाण्याचा अधिकार असल्याचं खांडेकराचं प्रतिपादन प्रत्येक भारतीय हे राष्ट्रीय गीत गाताना लक्षात घेईल नि तशी कृती करेल तर खांडेकरांच्या स्वप्नातला भारत अवतरायला वेळ लागणार नाही.

दुसऱ्या महायुद्धानंतर जगाच्या जाणिवा सार्वत्रिक झाल्या. संस्कृतीचं साधर्म्य सर्वत्र वाढलं. जागतिक साहित्याच्या परिचय, प्रभाव व संपर्कामुळे एतद्देशीय लेखनाच्या मर्यादा लक्षात आल्या. परिणामी सामान्य मनुष्य साहित्याचा केंद्रबिंदु बनला. अंधश्रद्धेतून मुक्त झालेल्या साहित्याने विज्ञानसन्मुखता जोपासली. साहित्याचा समाज व काळाशी असलेला अन्योन्यसंबंध इंग्रजी साहित्यामुळे आपणास उमगला. भारतीय साहित्यास विश्वसाहित्य संपर्कामुळे अभिव्यक्तीचे नवे क्षितिज कसे गवसले याची मार्मिक चिकित्सा करणाऱ्या 'नव्या क्षितिजाचा शोध' या लेखात खांडेकर 'संस्कृती ही प्रकृतीची सवत नाही, ती पाठची बहीण आहे' हे चपखलपणे समजावितात. या लेखात खांडेकर साहित्यिकांना दाखवत असलेले नवे क्षितिज आजही तितकेच

महत्त्वपूर्ण वाटते.

'अज्ञाताच्या महाद्वारात'मधील लेख कालक्रमानी दिले आहेत. यातील प्रत्येक निबंध वेगळा विषय घेऊन येतो. त्यांची वैचारिक बैठक एक असली तरी मांडणीच्या तर्कभिन्नतेमुळे, दृष्टान्त नाविन्यामुळे प्रत्येक लेख वाचकास नव्याने अन्तर्मुख करतो. 'ज्वालेविण जळती जे' मध्ये खांडेकर वर्तमान भारतातील (१९७०) तरुणाईची असहायता चित्रित करतात. बेकारी, ध्येयहीनता ही पूर्वपिढीने वर्तमानास दिलेलं ओझं आहे हे अधोरेखित करण्यास खांडेकर विसरत नाही. तरुणांच्या सद्य:स्थितीची खांडेकरांनी केलेली मीमांसा त्यांच्यातील सजग शिक्षक, समीक्षक व समाजशास्त्राज्ञच आपणापुढे उभा करते. 'ज्वालेविण जळती जे, त्यांचे सर्वस्व खुजे'सारख्या काव्यपंक्तीच्या दृष्टान्ताने ते वर्तमान तरुण पिढीत नवमूल्यांची स्फुल्लिंगे प्रफुल्लित करतात. तरुणांनी कुचंबणेत न कुजता रचनात्मक बंडाचा ध्यास घेतला पाहिजे हे बजावत ते संपत्तीची समान वाटणी, लोकशिक्षणाचे महत्व, कृतीप्रवणता, पुरुषार्थाची नवी क्षेत्रे धुंडाळणे इ. चा उल्लेख करत तरुणाईस काळाचे आह्वान पेलण्याचा जणू कृतिकार्यक्रमच देते होतात. 'जिकडे दिनमणी - मी तिकडे'चा विषय ही हेच सांगतो. 'सामाजिक ऋण व तरुण मन'मध्ये ते देशास दोष देण्यापेक्षा देशोद्धारासाठी झटण्याची प्रेरणा देतात. खांडेकरांचे हे निबंध म्हणजे तरुणांच्या व्यक्तिमत्व-विकास, नेतृत्व-वर्धन शिबिरांसाठी दिलेली व्याख्याने ठरावित अशा पद्धतीनी त्यांची रचना झाली आहे.

'विज्ञान देवो भव !' लेख भारतीय समाजाच्या अंधश्रद्धा व विज्ञानविन्मुखतेवर बोट ठेवत हा समाज विज्ञानसन्मुख झाला पाहिजे याचा आग्रह धरणारा आहे. सन १९७२च्या मराठी विज्ञान संमेलनाच्या निमित्ताने केलेले हे लेखन खांडेकरांच्या मनात विज्ञानाविषयी किती अपार निष्ठा होती तेच स्पष्ट करते. आपण विज्ञानाच्या साधनांचा उपयोग करतो पण त्यांची रचना समजावून घेत नाही. परिणामी आपल्यात प्रयोगशीलता, जिज्ञासा, शोधवृत्ती जागत नाही. विज्ञान विन्मुखतेमुळे भारतीय शिक्षण मानव्यशास्त्र (ह्युमॅनिटीज) केंद्रित राहिले हे निरीक्षण नोंदवत खांडेकर आपल्या शिक्षणपद्धतीचा दोष अधोरेखित करतात. या निबंधात प्रा. र. धों. कर्वे

यांची देशानं केलेली उपेक्षा वाचली की लक्षात येतं - समाजस्वास्थ्य समृद्ध व्हायचं तर खांडेकरांना समजलेला मार्क्स नि माल्थस आज आपण नव्या गांभीर्याने समजून घेऊन कृती करायला हवी.

'अज्ञाताच्या महाद्वारात' लेखाचा विषय आहे 'मृत्यू'. जीवन व मरण यांचं द्वंद्व वि. स. खांडेकर आत्मपर शैलीने इथे समजावतात. लेखास लघुनिबंधाची आलेली डूब तिची गंभीरता वाढवते. मरणाचं भय कुणाला असत नाही ! पण जगण्याची प्रेरणा ही मूळ प्रेरणा असते हे मनुष्यास विसरून चालणार नाही. खांडेकरांचं समग्र जीवन अनेकानेक व्याधींशी झुंजत, झगडत व्यतीत झालं असल्याने या निबंधास मृत्यु-मीमांसेचं रूप आलंय. प्रस्तुत संग्रहातील सर्वाधिक प्रौढ, गंभीर व दीर्घ असलेल्या या लेखात भाषा व शैलीचं सामर्थ्य केवळ मनोवेधक ठरतं ! माणसाच्या जगण्यामागे आत्मप्रीती कार्यरत असते. माणसाच्या मनात अहंता यामुळेच जन्मते. जीवन विकासाच्या प्रवासातही मनुष्य ऐहिकतामुक्त होऊ शकला नाही, या सर्व वास्तवाचे विवेचन करत खांडेकर स्पष्ट करतात की वर्तमानावर माणसाचा विश्वास अशासाठी असतो की मृत्यूनंतरच्या जीवनात ऐहिकतेची खात्री नसते. एका अर्थाने 'क्षण सत्य' मानणारं हे चिंतन अस्तित्ववादी विचारांना स्पर्श करतं. या लेखातील भाषा लालित्य व दृष्टान्त वैभव खांडेकरांच्या लेखन सामर्थ्याची नव्याने ओळख करून देतात.

'कळस झगझगीत - पाया भुसभुशीत' लेखात खांडेकर भारतीय समाजाच्या अज्ञान, धर्मभोळेपणा व दारिद्र्यसारख्या त्रिदोषांचे विवेचन करून भारतास त्यातून मुक्त करण्याची मनीषा बाळगतात. 'जीवनातील सर्वात भव्य गोष्ट कोणती ?' मध्ये ते परहितदक्षतेसारखी भव्य गोष्ट दुसरी कोणतीही नसल्याचे स्पष्ट करतात. 'स्व'केंद्रित माणसांनी भरलेला आजचा समाज कवी, संत, वीर, शास्त्रज्ञ, समाजसेवकांसारखी सांस्कृतिक शिखरे आपला आदर्श बनवील तर नवा भारत आत्मिक शक्तीनं भरल्याशिवाय रहाणार नाही असा आशावाद जागवायला खांडेकर विसरत नाहीत.

प्रस्तुत संग्रहातील 'सामान्य मनुष्य : सोने की पितळ', 'नवी नैतिक मूल्यं' व 'हे स्वाभाविक आहे' हे तीन लेख बहुधा अप्रकाशित असावेत. खांडेकरांच्या व्यक्तिगत संग्रहातील 'अपुरे लेखन' बाडात मिळालेले हे लेख विचारांनी पूर्ण होते.

खांडेकर उत्तरार्धात सारे लेखन लेखनिकाकडून करून घेत. सांगितलेले लेखन पुनर्वाचनावेळी संस्कारित, संशोधित करण्याची त्यांची पद्धत होती. हे त्यांचे लेखनिक सांगतात. तसेच त्यांच्या हस्तलिखित रूपात सापडलेल्या लेखनावरूनही ते स्पष्ट होते. वैचारिक लेखनामागे नवे क्षितिज धुंडाळण्याची, नवी मूल्यं रुजवायची, नवं जग निर्मिण्याची खांडेकरांची धडपड त्यांच्यातील समाज सुधारकाचाच पुरावा होय. 'हे स्वाभाविक आहे'सारखा हा संग्रहातील शेवटचा लेख वि. स. खांडेकरांच्यामधील पक्व नि प्रगल्भ समाज चिंतकाची साक्ष देतो. माणसाचं आजचं जीवन बाह्य अंगांनी बदललं तरी त्याच्यातील पशु, क्रोधी, लोभी पूर्वी इतकाच रानटी राहिला आहे. त्याचं कारण मनोविकारांचं उदात्तीकरण न होणं आहे. संस्कृती नि प्रकृतीचं खांडेकरांनी या लेखात चित्रित केलेलं द्वंद्व वाचकास अन्तर्मुख करील. उर्वरित दोन लेख ही संतती नियमन व नवमूल्यांची मूलगामी मांडणी करतात.

या संग्रहातील प्रकाशित, अप्रकाशित लेख मला वि. स. खांडेकरांच्या व्यक्तिगत संग्रहातून उपलब्ध झाले. ते उदारपणे देऊ केल्याबद्दल मजवर भगिनीवत प्रेम करणाऱ्या मंदाताई खांडेकर व अन्य सर्व खांडेकर कुटुंबियांचा मी हार्दिक ऋणी आहे. या लेखनाच्या कालसंगतीस सहाय्य केल्याबद्दल माझे स्नेही प्रा. कमलाकर दीक्षित, प्रा. दिलीप पंगू, प्राचार्य मुकुंद दातार, प्रा. बाळासाहेब शहापुरे या सर्वांचा मी आभारी आहे.

– डॉ. सुनीलकुमार लवटे

७ मे, २००३
(कवीवर्य रवींद्रनाथ टागोर जयंती)

'निशांकुर', रणनवरे वसाहत,
राजीव गांधी रिंग रस्ता,
सुर्वेनगर जवळ, कोल्हापूर - ४१६००७.
दूरध्वनी क्र. (०२३१) २३२४४०५.

अनुक्रमणिका

◆

'वंदे मातरम्'चा खरा अर्थ

◆

वंदे मातरम् हे राष्ट्रगीत पाठ करण्याचा मी कसोशीने प्रयत्न केला तो वयाच्या दहाव्या वर्षी. १९०८ साली मी तेव्हा इंग्रजी दुसरीत शिकत होतो. लोकमान्य टिळकांना राजद्रोहाच्या आरोपावरून परक्या ब्रिटिश राज्यसत्तेने सहा वर्षांची हद्दपारीची शिक्षा दिली होती. साऱ्या देशाला पूज्य असणाऱ्या एका लोकनेत्याला मंडालेला पाठविण्यात आले होते. या अन्यायाने सारी जनता खळबळून गेली होती. गरीब, श्रीमंत, सुशिक्षित, अशिक्षित, आबालवृद्ध हळहळत होते, चडफडत होते. ज्यांना आपला राग व्यक्त करता येईल ते आपआपल्या परीने तो प्रदर्शित करीत होते. इंग्रजी शाळेतल्या आम्हा चिमुरड्या पोरांपर्यंत जनमनातली ती हळहळ आणि ती तडफड पोहोचली. आमच्यापरीने आम्ही आपला राग व्यक्त करू लागलो. लाल, बाल, पाल या त्रिमूर्तींचे फोटो त्यावेळी उघडपणे लावणे धोक्याचे मानले जात असे. आम्ही त्या फोटोंची कार्डे कुठून तरी पैदा केली. आपल्या वह्यांच्या आणि पुस्तकांच्या पसाऱ्यात ती जपून ठेवली. 'वंदे मातरम्' हे गीत सरकार उघडपणे लोकांना म्हणू देत नव्हते. आम्ही पोरांनी मनाशी निश्चय केला की, हे गीत आपण म्हणणार. दररोज म्हणणार. घरात, खेळाच्या मैदानावर, फिरायला जाताना त्या गीताच्या त्या ओळी आम्ही गुणगुणू लागलो.

'वंदे मातरम्' चा अर्थ त्यावेळी मला फारसा कळला असेल असे वाटत नाही. संस्कृत शिकायला लागायला अजून दोन वर्षे वेळ होता.

अशावेळी 'शुभ्र जोत्स्नां पुलकित यामिनीम्' या ओळीतल्या शब्दांची पोपटपंची मला फार गोड वाटे. संस्कृत भाषेचे नादमाधुर्य अपूर्व आहे. ते लहान मुलांनाही मोह घालते. त्या माधुर्यामुळेच त्यावेळी मी हे सारे गीत पाठ केले असावे. पुढे हळू हळू संस्कृत कळायला लागलं. मॅट्रिकच्या वर्गात आलो तेव्हा तर वंदेमातरम्चा शब्दश: अर्थ लावण्यात मोठा आनंद वाटू लागला. ही आपली मातृभूमी जलसंपन्न आहे, फलसंपन्न आहे, धान्यसंपन्न अहे, या भावनेने मन अभिमानाने फुलून जाई. देशाला आलेले दारिद्र्य इंग्रज राज्यकर्त्यांच्या लूटमारीमुळे निर्माण झाले आहे. आम्हाला कायमच्या गुलामगिरीत ठेवण्याकरिता त्यांनी नाना प्रकारचे कायदे केले आहेत. बंधने घातली आहेत. त्यामुळे आपल्या देशाची हलाखी उत्पन्न झाली आहे. इंग्रज येथून गेला की, पुन्हा या देशात हां हां म्हणता जिकडे तिकडे आबादीआबाद होईल. सुवर्णभूमी हे तिचं प्राचीन नाव पुन्हा सार्थ होईल अशा स्वप्नरंजनात 'वंदे मातरम्' म्हणताना मन गुंग होऊन जाई.

१९३८ साली सभा समारंभामध्ये वक्ता किंवा अध्यक्ष या नात्याने सामुदायिकरीत्या 'वंदे मातरम्' म्हणण्यात मी सहभागी होत असे. पण त्यावेळी मी दहा पंधरा वर्षांचा स्वप्नाळू कुमार राहिलो नव्हतो. चाळीशीत आलेला, सार्वजनिक गोष्टीशी नित्य संबंध येणारा आणि कथा-कादंबऱ्या लिहिताना आपल्या समाजाचे चित्रण करू पाहणारा मी एक जबाबदार नागरिक झालो होतो. विद्यार्थीदशेतल्या वंदेमातरम् विषयाच्या स्वप्नरंजनात साहजिकच माझे मन रमत नसे. आपल्या समाजाच्या परंपरागत जडतेचा, प्रवाहपतित वृत्तीचा, साध्या सामाजिक सुधारणेलाही मूळ धरता नये अशा परिस्थितीचा वीस वर्षे उघड्या डोळ्यांनी अनुभव घेतल्यामुळे 'वंदे मातरम्' म्हणताना माझ्या मनात येई, निसर्गाने आपल्या या मातृभूमीवर कृपेचा वरदहस्त ठेवला आहे. इथल्यासारखा भरपूर पाऊस, मोकळं सुरेख ऊन, उंच उंच डोंगर, नानाविध वृक्षराजींनी नटलेली अरण्ये हे सारे जगातल्या कुठल्याही देशात एकवटलेले सापडणार नाही. पण या भूमीला जरी वर मिळाला असला तरी तिच्या संतानांना मात्र जडतेचा, दैववादीतत्त्वाचा आणि परंपराप्रियतेचा शाप मिळाला आहे. इंग्रज आज ना उद्या इथून जातील पण ते गेल्यावर ही भूमी खरीखुरी, सुजल, सुफल, सस्य श्यामल व्हायची असेल, आपल्या देशातील लोकांना

पुरून बाहेर पाठविण्याइतकं धान्य तिच्यात निर्माण व्हायचं असेल, समाजातल्या खालच्या थरातल्या लोकांचं जीवनमान उंचावयाचं असेल तर स्वातंत्र्य आल्यानंतरसुद्धा आपल्याला फार निकराचे प्रयत्न करावे लागतील. त्या काळात हे प्रयत्न कोणत्या प्रकारचे असावेत याचा विचार कुणीही फारसा केला नाही. तो करणंही शक्य नव्हतं. गांधीजीच्या नेतृत्वाने देशातली स्वातंत्र्याची चळवळ भरतीच्या लाटांप्रमाणे सारखी पुढं पुढं जात होती. सुदैवाने गांधीजींना सामाजिक व आर्थिक समतेखेरीज राजकीय स्वातंत्र्याला काही व्यावहारिक अर्थ नाही याची फार तीव्र जाणीव होती. त्यामुळे जेव्हा स्वातंत्र्य येईल तेव्हा गांधीजींच्या पद्धतीने पुढले समाज परिवर्तनाचे कार्य पार पाडले जाईल असे सर्वांना वाटत होते.

आता १९६८ साली सभा समारंभात 'वंदे मातरम्' सुरू झाले की मी इतरांप्रमाणे उठून उभा राहतो. त्या गीताच्या ओळी मनातल्या मनात म्हणतो; पण सुजलाम् आणि सुफलाम् या शब्दानंतरचा सस्य श्यामलाम् हा शब्द उच्चारताना मन गोंधळतं, त्याला वेदना होतात. स्वस्त धान्याच्या दुकानापुढल्या पोराथोरांच्या आणि बाया-बापड्यांच्या रांगा डोळ्यापुढं उभ्या राहतात. उन्हातान्हात तासन्तास ती माणसं तिष्ठत उभी असतात. कधी त्यांना धान्य मिळते, कधी मिळत नाही. दुकानदाराकडली पोती संपलेली असतात. मिळते त्यात मिलोसारखे निकृष्ट प्रतीचे धान्य पुष्कळ असते. जे पदरात पडते, त्यात पोट भरत नाही. पैशाच्या अभावी कुठलाही काळा-गोरा बाजार ज्यांना जवळ करता येत नाही अशी ही कष्टकरी माणसं सुखी व्हावीत, त्यांना दोन वेळ पोटभर जेवायला मिळावे म्हणूनच लोकमान्य टिळकांनी हद्दपारीची शिक्षा भोगली होती आणि गांधीजींनी 'करेंगे या मरेंगे'चा लढा पुढाकारला होता. हे मनात आलं म्हणजे जीव कासावीस होतो. शहराशहरातल्या, खेड्यापाड्यातल्या भारतभूमीच्या अशा लक्षावधी संतानांना अर्धपोटी रहावे लागत आहे या जाणीवेने स्वातंत्र्याच्या वीस वर्षांनी आपल्याला दिले तरी काय ? असा प्रश्न भुतासारखा मनाला भेडसावू लागतो.

आजची देशातली अन्नटंचाई, सरकारचे अन्न-धोरण, शेतीची परिस्थिती, सधन शेतकऱ्यांचा लहानसाच पण निराळा होऊ पाहणारा वर्ग इत्यादी गोष्टींचा मी अभ्यासक नाही. अशा विषयावर अधिकारानं बोलण्याइतकी

मी तज्ज्ञताही संपादन केलेली नाही, पण गेली वीस वर्षे ज्याने ज्याने उघड्या डोळ्यांनी पाहिली आहेत त्यांच्या त्यांच्या एक गोष्ट लक्षात येईल, स्वातंत्र्याचा भावनिक आनंद वगळला तर त्यांच्यापासून होणारे व्यावहारिक फायदे पदरात पाडून घेण्याच्या बाबतीत आपलं सरकार अयशस्वी झाले आहे. दाईपेक्षा आईचे प्रेम मुलावर अधिक असते त्याप्रमाणे परक्या राजसत्तेपेक्षा स्वतंत्र देशातले सरकार हे आपल्या लोकांची अधिक काळजी करणार हे स्वयंभू सत्य आहे. ते कुणीच नाकारणार नाही. पण प्रत्येक आई शहाणी असते आणि आपल्या मुलांना योग्यरीतीने वाढविण्याची अक्कल आई म्हणून परमेश्वरानं तिला जन्मत: दिलेली असते असं नाही. चांगली आई होणे हे सुद्धा विवेकाचे, जबाबदारीचे, थोड्याशा अंतर्मुखतेचं, आणि बऱ्याच त्यागाचे काम आहे. अनेक आया पोरांचे लाड करतात. लाडांनी पोरं बिघडतात. त्यांच्या जन्माचा सत्यानाश होतो. अनेक आया आपल्या मुलांना कपड्यालत्त्यांनी नटवतात. त्यांच्या अंगावर दागदागिने घालतात. लोकांनी आपल्या मुलांच्या रूपाचे कौतुक केले म्हणजे हरखून जातात. पण आपल्या मुलांच्या मनाचा विकास घडवून आणण्याची जबाबदारी आपल्यावर आहे या गोष्टीची मात्र त्यांना दाद नसते. गेल्या वीस वर्षांत या देशात जो राज्यकारभार चालला त्याचं स्वरूप थोडंफार अशा बेजबाबदार आईसारखंच आहे. प्रथम कोणत्या गोष्टीला हात घालायचा. मागनं कोणती गोष्ट घ्यायची याचा विवेक मोठमोठ्यांनीही बाळगला नाही. कृषी उद्योगप्रधान समाजाचं (Agro-Industrial Society) स्वप्न आम्हाला साकार करायचे म्हणून स्वातंत्र्य प्राप्त झाल्यानंतर पुढारी अनेक दिवस आम्हाला सांगत असत, पण शेती हाच या विशाल देशाचा मुख्य धंदा होता, आहे आणि पुढंही राहणार आहे आणि त्या शेतीशी संलग्न व तिला पोषक असे उद्योगधंद्यांचे जाळे हळू हळू तयार करीत जाण्यानंच शेतीबरोबर उद्योगधंद्याचाही विकास होईल, हे या घोषणा करणाऱ्यांनी कधीच गृहीत धरले नाही. गेल्या वीस वर्षांत एखाद्या रोगानं सूज आलेल्या अंगासारखे प्रत्येक शहर वाढत आहे, फुगत आहे, पोटासाठी मागे लागून शहराकडे धावत येणाऱ्या लाखो खेडुतांना, दिल्ली, मुंबई, कलकत्ता अशा ठिकाणी जनावरापेक्षाही वाईट जिणं जगावं लागत आहे. शेतीचा विकास आणि तोही परंपरागत

दैववादी शेतकऱ्यांच्या मनाचे परिवर्तन करून घडवून आणलेला विकास, हा जर स्वातंत्र्यानंतर आपल्या धडपडीचा केंद्रबिंदू ठरला असता तर १९६८ साली आपल्या देशाचं चित्र निश्चित निराळं दिसलं असतं, पण दुर्दैवानं ते या देशात घडलं नाही. गांधींच्या तोलामोलाचा या देशातल्या सर्वसामान्य माणसाच्या गुणदोषाची पूर्ण पारख असलेला आणि त्याच्याशी मिसळून जाऊन त्याला सुधारू इच्छिणारा तरुण पुढारी या देशात निर्माण झाला नाही. गांधीजींच्या अंगी नसलेले अनेक बौद्धिक गुण नेहरूंच्या ठिकाणी होते. पण भारतासारख्या प्राचीन आणि मागील अनेक शतकांच्या पापाची ओझी वाहणाऱ्या विशाल देशात पाश्चिमात्य पद्धतीने परिवर्तन घडवून आणणं शक्य नाही, याचं आकलन नेहरूंना झालं नाही. त्यासाठी 'आधी कळस मग पाया,' या पद्धतीने आपली स्वातंत्र्यानंतरच्या सुधारणांची घोडदौड सुरू झाली. अर्ध्या हळकुंडाने पिवळे होणारे विद्वान आणि 'पी हळद नी हो गोरी' या स्वभावाची जनता, यांची शनिमंगळासारखी अशुभ युती झाली. त्यामुळे 'एक ना धड भाराभर चिंध्या' अशी आपल्या नियोजनाच्या फलिताची स्थिती झाली आहे. शेतीकडे झालेल्या दुर्लक्षाची गेल्या काही वर्षांत आपल्याला जाणीव झाली आहे. खरं तर अजूनही शेती सुधारण्याची जी धडपड चालली आहे ती पूर्वीच्याच रूढ पद्धतीने जुन्या चाकोऱ्यातून जाणाऱ्या लोकांच्या नेतृत्वाने गांधीजींनी खादीची चळवळ ज्या मार्गाने खेड्यापाड्यापर्यंत पोहोचविली त्या पद्धतीनेच कोणतीही मूलभूत सुधारणा जनसागराच्या तळापर्यंत आपल्याला पोहचविता आली तरच या समाजाचा खरा कायापालट होणार आहे.

कायापालट हा शब्द मी वापरला असला तरी मला केवळ बाह्यरूपातला बदल अभिप्रेत नाही. या देशातल्या सर्वसामान्य मनुष्याचं मन बदलल्याशिवाय जीवनाकडे आणि जगाकडे पाहण्याचा त्याचा दृष्टिकोन सुधारल्याशिवाय आपली शेती काय, आपले शिक्षण काय, किंवा आपले कौटुंबिक जीवन काय आमूलाग्र सुधारणार नाही. स्वातंत्र्य येऊन वीस वर्षं झाली पण अजून आमची मनं दैववादीच राहिली आहेत. लोकशाही समाजवादाचा जयजयकार करीत जी माणसं निवडणुकीला उभी राहतात ती निवडणुकीचा नारळ फोडताना ज्योतिषाचा मुहूर्त विचारल्याशिवाय राहात नाही. आपलं सामाजिक मन अजून

पुराणकाळात कुठंतरी अडकून पडलं आहे. पौराणिक चमत्कारांनी भरलेल्या स्वप्नरंजनाकडे त्याची ओढ आहे. अशा स्वप्नरंजनाने सामाजिक मनाला जो दुबळेपणा येतो तो गेल्या वीस वर्षांत फारसा कमी झालेला नाही. या दुबळेपणामुळंच आपलं एक मन पौराणिक काळात वावरतं, दुसरं मन आधुनिक युगात भ्रमत रहातं. ही दोन्ही मनं एके ठिकाणी कशी नांदवायची त्याचीही चिंता आपण करीत नाही. शहरातला भिकाऱ्याचा उपद्रव कमी व्हावा म्हणून एका बाजूला आपण कायदे करतो आणि दुसऱ्या बाजूला नरवंटी हातात घेऊन इतर देशांच्या दारात धान्यासाठी भीक मागत असतो. सभा समारंभामध्ये 'वंदे मातरम्' हे गीत म्हणून 'भारत माता की जय' असा आम्ही जयजयकार करतो, पण ज्या मातृभूमीला आम्ही वंदन करतो तिला आपल्या कोट्यवधी अर्धपोटी राहणाऱ्या लेकरांना पाहून काय वाटत असेल ? याचा मात्र आपण विचार करीत नाही. इस्रायलसारख्या चिमुकल्या देशानं वीस वर्षांत वाळवंटात नंदनवन उभे केले ही कथा वाचताना आम्हाला गुदगुल्या होतात पण नंदनवनसारख्या असलेल्या आपल्या या भूमीला वाळवंटाची कळा का आली आहे ? याची चिकित्सा मात्र आपण फारशी करीत नाही.

वस्तुस्थिती अशी आहे की, गेल्या वीस वर्षांत सर्वसाधारण सरकारी प्रेरणेने आणि सरकारी मदतीने कार्य करण्याचा परिपाठ सुरू झाला. सरकारी मदत ही कुठल्याही गोष्टीत आवश्यक आहे हे खरं, पण त्या मदतीने लोक प्रेरणाशून्य होता कामा नयेत. खेड्यापाड्यातल्या लोकांना प्रयत्नवादी करणं, विज्ञानाच्या साह्यानं आपली शेती आणि आपलं जीवन संपूर्णपणे कसं बदलता येईल याची जाणीव त्यांना करून देणं, ही गेल्या वीस वर्षांतील खरी गरज होती. पण या सर्व गोष्टी त्या कामाकरिता नेमलेल्या पगारी माणसाकडून घडाव्यात या अपेक्षा चुकीच्या आहेत. 'मोले घातले रडाया' असाच तो काहीसा प्रकार होतो. शेतीच्या विविध सुधारणा असोत, खेडेगावातले शिक्षण खरंखुरं सकस आणि जीवनपोषक होण्याची गोष्ट असो, अथवा खेड्यापाड्यात कुटुंबनियोजनासारख्या सुधारणेचा मूळ धरण्याचा प्रश्न असो, ही कामं घेऊन तिथं जाणाऱ्या अधिकाऱ्याकडून किंवा मेटाकुटीनं भरविलेल्या एखाद्या मेळाव्यातल्या वक्त्याकडून अथवा अशाच कोणत्याही प्रकारच्या वरवरच्या मार्गाने मनासारखी होणार नाहीत. त्याकरिता खेड्यापाड्यात

जाऊन राहणारी, सुशिक्षित असूनही अशिक्षिताशी समरस होणारी, तिथलं अन्न आणि तिथल्या लोकांची रहाणी आपलीशी मानणारी माणसं निर्माण झाली पाहिजेत. गांधीजींनी या देशातल्या सामान्य माणसावर ज्या डोळस जिव्हाळ्यानं प्रेम केलं त्याचा थोडा तरी ओला खेडेगावात जाऊन उभ्या राहणाऱ्या अशा माणसांच्या अंगी हवा. केवळ सरकारी यंत्रणेने शेतकऱ्याच्या मनात आणि जीवनात मूलभूत परिवर्तन घडणार नाही. प्रत्येक बाबतीत आपल्या सामाजिक मनाभोवती पिढ्यान्‌पिढ्या आंधळ्या समजुतीची आणि दैववादातून निर्माण झालेल्या आळशीपणाची कोळीष्टकं जमत आली आहेत. ती सारी झाडून काढणं, चार दोन दिवसांकरिता मजेनं खेड्यात जाणाऱ्या अधिकाऱ्याचं, सुशिक्षिताचं अथवा उपऱ्या माणसाचं काम नव्हे. ते काम करण्याकरिता नव्या पिढीतल्या तरुणांनी खेड्यातल्या अडीअडचणी आणि सोयी-गैरसोयी यांची पर्वा न करता तिथं जाण्याची तयारी दर्शविली पाहिजे. स्वायत्झरसारखा त्रिखंड कीर्ती युरोपियन महापुरुष आफ्रिकेच्या जंगलातल्या रुग्णांच्या सेवेकरिता आपलं जीवन समर्पित करतो आणि बाबासाहेब आमट्यांसारखा आपल्यातलाच मनस्वी मनाचा एक पोलादी पुरुष सोमनाथच्या जंगलात जाऊन तिथं नंदनवन निर्माण करण्याकरिता दंड थोपटून उभा राहतो या घटनांचं मर्म आजच्या तरुण पिढीनं जाणून घेतलं पाहिजे. त्यांच्या मार्गाने जाऊनच भारतीय समाजाला आपले प्रश्न आमरीतीने सोडविता येतील. या पन्नास कोटी लोकांच्या देशाची अंत:प्रेरणा जर एकदा जागृत होईल, "आम्ही घाम गाळून रक्ताचं पाणी करू पण परक्या देशाच्या दारात भिकेची झोळी घेऊन कधीही उभे राहणार नाही आणि आमच्या देशबांधवांपैकी एकावरही आम्ही अर्धपोटी राहण्याची पाळी येऊ देणार नाही" या जिद्दीनं जर या देशातील तरुण पिढी कामाला लागली तर आज जटील स्वरूप धारण केलेला शेतीचा प्रश्न कितीतरी सुलभ होईल. अशा स्वाभिमानी, विज्ञाननिष्ठ आणि पराक्रमी तरुण पिढीलाच 'वंदे मातरम्' हे मान ताठ ठेवून खऱ्याखुऱ्या अभिमानानं गाता येईल.

दै. 'इंद्रधनुष्य'(१९६८) ⊙ ⊙

◆

नव्या क्षितिजाचा शोध

◆

वर साहित्य प्रेमी मंडळी जमली होती. गप्पा रंगात आल्या होत्या. बोलण्याच्या ओघात कुठल्यातरी चित्रपटाची चर्चा सुरू झाली. एका शौकिनाने शेरा मारला, 'कथा तशी बरी आहे ! पण तिचं मूळ परदेशी असावं ! पाश्चात्य समाजात अशा गोष्टी घडणं स्वाभाविक आहे. या चित्रपटाच्या नायिकेसारख्या बायका तिकडे आढळत असतील ! पण आपल्याकडं-'

गेल्या दहा बारा वर्षांत दृष्टीच्या प्रतिकूलतेमुळे मी एखाद दुसरा चित्रपटच पाहिला असेल. पण नातवंड झालं तरी प्रौढ स्त्रीची माहेरची ओढ जशी कमी होत नाही, तसं, पूर्वी एकेकाळी मी चित्रपट सृष्टीत वावरलो असल्यामुळे त्या सृष्टीविषयीचं माझं आकर्षण अजून ओसरलेलं नाही. साहजिकच चर्चाविषय झालेल्या कथेबद्दल माझ्या मनात कुतूहल जागृत झालं.

माझं विचारचक्र फिरू लागलं 'आपल्या समाजात असूं शकणार नाही, भारतीय स्त्री अशी वागणार नाही, अमुक तमुक गोष्ट आपल्या संस्कृतीशी सर्वस्वी विसंगत आहे' अशा तऱ्हेची विधानं १९७० साली जेव्हा केली जातात, तेव्हा माझ्या मनापुढं एक प्रश्न दत्त म्हणून उभा राहतो - 'पाश्चात्य जीवनपद्धती आणि भारतीय जीवनपद्धती यांच्या पूर्वपरंपरा वेगवेगळ्या असतील; दैनंदिन आयुष्यक्रमाच्या चौकटी भिन्न भासत असतील; या दोन्ही संस्कृतीची जी बाह्यरूपे आहेत त्यांच्यात

फारसं साम्य आढळत नसेल ! पण दुसऱ्या महायुद्धानंतरचं मानवी मन सर्वच एकाच पद्धतीनं व्यक्त होत आहे ना ? विज्ञान युगातल्या या नव्या श्रद्धाहीन मानवाची गोष्ट दूर राहू द्या. हॅम्लेटची आई केवळ पाश्चात्य जगातच जन्माला येऊ शकत होती असे थोडेच आहे ! भारतीय समाजात अशी स्त्री सापडणं अगदी अशक्य आहे असं म्हणणं संस्कृतीच्या अंध अभिमानाला गुदगुल्या होण्याच्या दृष्टीनं ठीक असेल. पण ते सत्य आहे का ? अशा एकांगी विधानात बालिश आत्मप्रौढीचा पोकळ दंभांचा किंवा सोईस्कर आत्मवंचनेचा अंशच अधिक असतो.

प्राचीन भारतीय साहित्यकाराना हॅम्लेटच्या आईसारखी जीवनं दिसली नसतील किंवा ती पाहून त्यांची कलावंत मनं बेचैन झाली नसतील असं नाही. ते तर राजदरबारी वावरणारे कवी होते. तिथे असल्या गोष्टींना काय तोटा ? पण अशा जीवनांच्या चित्रणाचं आकर्षण वाटलं असून सुद्धा अनेक धार्मिक, सांस्कृतिक आणि व्यावहारिक कारणांमुळं या जळजळीत वास्तवाकडं त्यांनी पाठ फिरवली असावी ! आमच्याकडं शोकांतिका लिहिल्या गेल्या नाहीत किंवा जीवनाच्या विद्रुप, अमंगल बाजूचं यथार्थ चित्रण केलं गेलं नाही, याचं कारण आपलं ललित साहित्य परंपरागत धार्मिक कल्पनांशी, त्यांनी पुरस्कारलेल्या तत्त्वज्ञानाशी, त्या तत्त्वज्ञानानं रूढ केलेल्या चर्मवादाशी, पाप-पुण्याचा निवाडा करणाऱ्या चित्रगुप्ताच्या कचेरीशी, आणि परम न्यायी व परम कारुणिक परमेश्वराशी दीर्घकाळ करकचून बांधलं गेलं होतं. ते मानवाचं चित्रण करीत नव्हतं असं नाही, पण या सर्व मर्यादांच्या चौकटीत बसू शकणाऱ्या मानवालाच त्या चित्रणात जागा मिळत होती. साहजिकच या साहित्याच्या पायात प्रथम खऱ्याखुऱ्या आदर्शवादाच्या सुवर्ण शृंखला आणि कालांतराने त्याच्या आभासाच्या लोखंडी बेड्या पडल्या. मंगल-अमंगलाचा विचित्र संकर असलेल्या सामान्य मनुष्याचं वास्तव चित्रण करणं, त्यांची दैनंदिन सुखदु:खं कलात्मक पातळीवरून चित्रित करणं, त्याची क्षणिक उदात्तता आणि स्वाभाविक क्षुद्रता क्ष किरणांनी टिपल्याप्रमाणे शब्दबद्ध करणं आपल्याला जमलं नाही. त्या जुन्या काळात ते जमणं शक्यही नव्हतं.

पण तो काळ आता फार मागं पडला आहे, नव्या काळाच्या पावलांचे ठसे जुन्या काळाच्या ठशांशी मिळते-जुळते राहिलेले नाहीत.

सामान्य मानवाचं ऐहिक सुखदु:ख, मग ते मंगल-अमंगल कसंही असो, हा ललित साहित्याचा केंद्रबिंदू झाला आहे. एकोणिसाव्या शतकाच्या अखेरीस नीत्शेने परमेश्वराच्या मृत्यूची दवंडी पिटली असली तरी भारतीय मनाच्या दृष्टीनं तो जसा मेलेला नाही, तशी ज्या श्रद्धांनी शतकानुशतकं त्याला एका पोलादी चौकटीत ठोकून-ठोकून बसवलं होतं तीही आता सामर्थ्यशाली राहिलेली नाही. या पोलादाचं पोखरलेल्या लाकडाच्या भुशात रूपांतर होत असलेलं आपण सभोवती पाहात आहोत.

आजचं मानवी मन मग ते जगातल्या कोणत्याही भागातलं असो एका विचित्र पोकळीत गुदमरून तडफडत आहे. निसर्गाप्रमाणं मनुष्याच्या मनालाही श्रद्धांची, मूल्यांची, भावनांची आणि विचारांची पोकळी सहन होत नाही. जुन्या भावनांना आधारभूत असलेल्या श्रद्धा उध्वस्त झाल्यामुळं माणूस आता अनिवार वासनांच्या द्वारे त्यांची उणीव भरून काढण्याचा प्रयत्न करीत आहे. आंतरिक शांतीची पोकळी इंद्रिय सुखांच्या धुंदीनं भरून काढता येईल या कल्पनेनं तो वासना-तृप्तीच्या रोखानं धावत आहे.

हे सारं लक्षात घेतलं म्हणजे चर्चाविषय झालेल्या चित्रपटाची कथा आपल्याकडं घडू शकणार नाही, त्यातल्या नायिकेची व्यक्तिरेखा अगदी अभारतीय आहे, अशा प्रकारच्या विधानांना फारसा अर्थ उरत नाही. 'जिकडे जावे तिकडे माझी भावंडे आहेत' ही ओळ केशवसुतानी लिहिली, ती विश्वबंधुत्वाची भावना मनात उचंबळून आल्यामुळं. पण आजच्या सर्वसामान्य माणसाच्या बाबतीत ती अगदी निराळ्या अर्थानं खरी ठरू पाहात आहे. त्याच्या अनियंत्रित वासनांचं नागडं-उघडं प्रदर्शन प्रत्येक देशातल्या दैनिकाच्या पहिल्या पानावर पहायची आपल्याला आता सवय झाली आहे.

हे सारे विचार माझ्या मनात भर्रकन येऊन गेले. त्या चित्रपटाच्या कथेत अगदी अ-भारतीय असं काय आहे ? हे जाणून घेण्याचे कुतूहल माझ्या मनात बळावले. मी ती कथा ऐकून घेतली. तिचा आशय थोडक्यात असा आहे - कथा नायिकेचं अ वर प्रेम बसतं पण 'अ' काही तसा श्रीमंत मनुष्य नाही. नायिकेला त्याच्या इतकंच श्रीमंतीचं आकर्षण असतं. (तसं ते कुणाला नसतं म्हणा) वैभव ज्यांना मोह घालू

शकत नाही अशा माणसांची शेकडेवारी काढायची झाल्यास प्रथम दशांश चिन्ह मांडून मगच पुढल्या आकड्यांचं गणित करावं लागेल. नायिकेला हवी असलेली श्रीमंती मिळविण्याचा एक सुलभ मार्ग सापडतो. तो म्हणजे दीर्घकाळ आजारी असलेली एक श्रीमंत मुलगी ती फक्त चार-सहा महिन्याची सोबतीण आहे असे धन्वंतरीचं मत असतं. तेव्हा आपल्या प्रियकरानं या मुलीवर प्रेम करण्याचं यशस्वी नाटक केलं. म्हणजे चार-सहा महिन्यानंतर तिच्या कृपेनं आपला प्रियकर गबर होईल आणि पुढं आपण दोघं वैभवात लोळत राहू, असं स्वप्न ती पाहते. ते स्वप्न प्रत्यक्षात आणण्याचा प्रयत्न करते.

नायिकेचं हे नाटक तिच्याच अंगलट येतं. धन्वंतरीची भविष्य खोटी ठरतात. ती आजारी मुलगी मृत्यूला दाद देत नाही. आणि श्रीमंतीच्या मोहानं हे नाटक रचणारी नायिका आपला प्रियकर गमावून बसते. कथेचा हा उत्तरार्ध नाटकी आहे की नाट्यपूर्ण आहे हा प्रश्न निराळा ! त्याच्याशी आपल्याला काही कर्तव्य नाही, पण वैभवाच्या लालसेनं हे नाटक करायला लावणारी तरुणी आजच्या जमान्यात अगदी अभारतीय आहे असं आपल्याला म्हणता येईल का ?

काम-क्रोध लोभादि मानवी मनोविकारांचे असंख्य वेडेवाकडे आविष्कार गेल्या पंचवीस वर्षांत भारताने उघड्या डोळ्याने पाहिले आहेत. आमची वृत्तपत्रे कंठरवानं असल्या किळसवाण्या कथा व संकीर्तनं करीत आली आहेत. कौरव-पांडवांचा कुलक्षय करणाऱ्या संघर्षाची आठवण करून देणारे नाट्य सध्या भारताच्या राजकीय रंगमंचावर रंगत आहे. पाश्चात्य साहित्यात उघडपणे चित्रित केल्या जाणाऱ्या अनेक अप-प्रवृत्ती आजच्या भारतीय जीवनात वेगाने रुजत आहे. हातभट्टीच्या दारूपासून चोरट्या सोन्यापर्यंत नाना प्रकारची पापं समाजपुरुषाच्या रक्तात भिनत चालली आहेत. या पाप-प्रवृत्ती त्याचं हृदय बधिर करीत आहेत; अंतरंग पोखरून काढीत आहेत. इतकंच नव्हे तर ही पापं करणारी माणसं चढत्या वाढत्या श्रीमंतीचे मुखवटे चढवून मानानं मिरवीत आहेत- भल्याभल्यांचे मुजरे घेत आहेत ! हिंदू स्त्रीच्या पवित्र शीलाची स्तोत्र भारतीय संस्कृती गात आली, त्याचा औद्योगिक संस्कृतीमुळं निर्माण झालेली बकाल शहरं, दांभिक पुढारी आणि आत्मवंचक सामान्य माणसं सहजासहजी बळी घेऊ लागली आहेत; भोवतालचं वास्तव असं

बदलत असताना अमुक स्वभावरेखा किंवा तमुक कथा अ-भारतीय आहे असं म्हणण्यात काय स्वारस्य आहे ? आज आपल्या समाजात किंमत आहे ती बाजार भावाला; अंतरीच्या भावाला नव्हे !

मला वाटतं, ललित वाङ्मयातून जी प्रखर जीवनसत्यं सूचित होत असतात, त्यांना सामोरं जाण्याचं आपलं सामर्थ्य अद्यापि तोकडं आहे. आपणाला शेख महंमदी स्वप्नरंजन आवडतं; पण भग्न झालेल्या भव्य स्वप्नाचे तुकडे स्थितप्रज्ञतेने पाहण्याचं धैर्य मात्र होत नाही. आधुनिक मराठी साहित्याचा परलोकाशी असलेला संबंध केव्हाच तुटून गेला आहे. ते आता ऐहिकाशी पूर्णपणे बांधले गेले आहे. भलाबुरा मानव हा त्याचा केंद्रबिंदू होत आहे. या काळात ज्याला परमेश्वर शोधायचा असेल, त्याला तो इथंच, या मृत्युलोकातच, तुमच्या-आमच्यासारख्या मातीच्या माणसांच्या गर्दीतच शोधावा लागेल.

पण हे अजून आपल्याला पटत नाही. आभासात्मक आदर्शवादाचा पगडा आपल्या रसिकतेवर अद्यापिही फार मोठ्या प्रमाणात आहे. रामायण-महाभारत कालातला आदर्शवाद सर्वार्थांनी सजीव व समर्थ होता. पण ते युग केव्हाच संपलं. आपण मात्र गवळ्यानं दुधात पाणी मिसळावं त्याप्रमाणं त्या काळची मूल्य अधिक अधिक पातळ करीत साहित्यात वापरीत राहिलो. इंग्रजी राज्य येईपर्यंत हा दोष आपल्याला उमगला नाही. साहित्य ज्या कालखंडात निर्माण होतं, त्याच्याशी त्याचं अत्यंत निकटचं आणि जिव्हाळ्याचं नात असतं, याची जाणीव पाश्चात्य वाङ्मयाशी परिचय झाल्यानंतर आपल्यात निर्माण झाली. मग आपलं ललित साहित्य वास्तवाकडं, ऐहिकाकडं, सामान्य माणसाकडं झुकू लागलं, परंतु उग्र, रौद्र, अप्रिय किंवा भयानक वास्तवाचे स्वागत करण्याची शक्ती त्याच्या ठिकाणी अजूनही फारशी विकसित झालेली नाही.

गेल्या पंचवीस वर्षांत भारतीय जीवनात आणि त्यामुळं भारतीय मनात ज्या नानाप्रकारच्या उलथापालथी झाल्या आहेत, त्यांचं समर्थपणानं चित्रण करणारे साहित्यिक आपल्याकडे थोडे आढळतात, याचं कारण हेच आहे. आपल्या ललित साहित्याची लांबी रुंदी वाढली आहे; पण त्याची उंची आणि खोली वाढायची असेल तर सत्याच्या सुंदर बाजूप्रमाणं त्याच्या सर्व कुरुप बाजूही आमच्या प्रतिभावंतांनी कवळल्या पाहिजेत.

याचा अर्थ वाङ्मयातल्या सत्यानं शिवत्वाशी, मांगल्याशी किंवा परतत्त्व स्पर्शाशी असलेला आपला संबंध तोडून टाकला पाहिजे असं नाही. तोडू म्हटलं तरी तो तुटणार नाही ! कारण संस्कृती ही प्रकृतीची सवत नाही; ती आहे तिची पाठची बहीण, श्रेष्ठ साहित्यात सत्य, सौंदर्य आणि मांगल्य ही अभिन्न असतात. पण सत्याचं नव्यानं प्रगट होणारं उग्र रूप नचिकेताच्या निर्भयपणानं पहाणाराच त्या उग्रतेलाही नतमस्तक करणाऱ्या शिवाचं नवरुप न्याहाळू शकेल. आदर्शवाद म्हणजे भोंगळ स्वप्नरंजन नव्हे - आणि वास्तववाद म्हणजे ओंगळ स्वप्नभंजन नव्हे ! एक आहे आकाश, दुसरी आहे धरित्री. त्यांचं मीलन ज्या क्षितिजापाशी होतं त्याच्या कक्षा आता अनंतपटीनी वाढल्या आहेत. त्या क्षितिजापर्यंत दृष्टी फेकण्याची हिंमत ज्या प्रतिभांत असेल, त्याच नव्या सुखांनी फुलणाऱ्या आणि नव्या दु:खांनी जळणाऱ्या आजकालच्या सामान्य मनुष्याचं दर्शन रसिकांना घडवू शकतील.

वाङ्मय मार्गदर्शन शिबिर स्मरणिका
(मे, १९७०) ⊙ ⊙

◆

ज्वालेविण जळती जे-

◆

इंजिनियरिंगच्या शेवटच्या वर्षांत असलेला एक विद्यार्थी नुकताच मला भेटला. कोकणातील एका खेड्यातील मोडकीतोडकी शेती आणि मोलमजुरी ही त्याच्या कुटुंबाच्या निर्वाहाची पिढीजाद साधने ! त्याच्या आज्याला र ट फ सुद्धा करता येत नसे. त्याच्या घराण्यात उच्च शिक्षणाची संधी प्रथम मिळाली ती त्याला. आपल्या हुषारीने त्याने तिचा उत्तम उपयोग करून घेतला; सर्व परीक्षात पहिला वर्ग पटकावला. शेवटच्या परीक्षेतही आपण पहिला वर्ग मिळवू, याविषयी तो नि:शंक आहे. असे असूनही निरोप घेता घेता तो मला म्हणाला, ''भाऊ, भविष्यकाळाचं फार भय वाटतं मला !''

त्याचे भय निराधार नाही हे मी जाणतो. गेल्या तीन-चार वर्षांत आपल्या देशात निर्माण झालेल्या इंजिनियरांच्या बेकारीच्या भुताने या बुद्धिमान तरुणाला भेडसावीत रहावे, हे स्वाभाविकच आहे. खेड्यातल्या गरीब कुटुंबातला हा मुलगा शिकू लागल्यापासून एक सोनेरी स्वप्न पहात आला असेल- ''मी खूप खूप शिकेन, मग मला मोठ्या पगाराची नोकरी मिळेल, माझ्या कुटुंबाला चांगले दिवस येतील, मी आईचे कष्ट हलके करीन, भावाबहिणींना शिकवून त्यांना सुस्थिती प्राप्त करून देईन !''

अशी आशा त्याने उराशी बाळगली असली तर त्यात नवल कसले ? आशा हाच या जगात उन्नतीकरिता धडपडणाऱ्या मानवाचा प्राणवायू आहे !

परंतु आज या हुषार, अभ्यासू विद्यार्थ्याच्या मनावर अनामिक भयाची सावली पडून ते काळवंडले आहे. आपण गरीब आपला कुठे वशिला नाही. आपल्याला बेकार राहायची पाळी आली तर काय करायचे, हा प्रश्न त्याला भिववीत आहे, - फणा उभारून वाटेत उभा राहिलेल्या नागासारखा! त्याच्या जागी मी असतो तर माझी मन:स्थिती अशीच भयाकुल झाली असती. माझे अभ्यासावरले लक्ष उडून गेले असते.

या कातरतेबद्दल आजच्या तरुण पिढीला मी मुळीच दोष देऊ इच्छित नाही. महाविद्यालयात शिकणाऱ्या आणि शिक्षण संपवून आयुष्याच्या उंबरठ्यावर उभ्या असलेल्या विद्यार्थ्यांना असे अनेक कूटप्रश्न आजकाल संत्रस्त करून सोडीत आहेत, याची मला जाणीव आहे. आजच्या विशी-पंचविशीतल्या तरुणाच्या अस्वस्थतेच्या मुळाशी अनेक आर्थिक, सामाजिक, सांस्कृतिक आणि नैतिक वैगुण्ये आहेत. वडील पिढी तोंड भरून त्याला उपदेश करीत असते! पण ती शिकवण स्वत:च्या आचरणात आणणारी मोठी माणसे त्याला कुठेच भेटत नाहीत. ना घरी, ना दारी! ना शाळा-कॉलेजात, ना देशाच्या विशाल जीवनात.

१९४७ पूर्वीच्या तीन-चार पिढ्यांच्या त्यागाच्या, सेवेच्या, देशभक्तीच्या आणि व्रतस्थ जीवनाच्या गोष्टी त्याला कुणी सांगू लागले तर त्या त्याच्या अंत:करणाला जाऊन भिडत नाहीत! तो भोवताली जे पाहतो, जे ऐकतो, जे वाचतो, जे अनुभवितो त्याचा आणि या जुन्या गोष्टींचा मेळ कुठेच बसत नाही.

स्वातंत्र्योत्तर काळात समाजाची धुरा वाहणाऱ्या पिढीने कोणकोणती पापपुण्ये केली, याची चिकित्सा भावी इतिहासकार करतीलच! पण एक गोष्ट सूर्यप्रकाशाइतकी स्वच्छ आहे. आदर्शांच्या बाबतीत या पिढीने नव्या उमलत्या पिढीची घोर वंचना केली आहे. आजच्या तरुणांच्या बुद्धीला आणि भावनांना आवाहन करण्याचे सामर्थ्य कोणत्याही क्षेत्रातल्या नेत्यांनी पूर्णपणे प्रगट केलेले नाही. भोवतालची भौतिक समृद्धी वेगाने वाढत असताना आपल्याला अजून अभावाचे लाजिरवाणे जिणे का जगावे लागत आहे, हे कोडे या तरुणांना उलगडत नाही! टिळक-गांधींच्या आणि फुले-आंबेडकरांच्या या भूमीत हुजरेगिरी आणि मुजरेगिरी यांचे प्रस्थ माजावे, जातीयता आणि प्रांतीयता यांची विषारी

रोपटी जोमाने फोफावावीत, बऱ्या-वाईट मार्गाने मिळविलेल्या सत्तेची आणि संपत्तीची रात्रंदिवस पूजा होत रहावी आणि हातभट्टीपासून सोन्याच्या चोरट्या आयातीपर्यंत नानारूपांनी नैतिक अराजकाने समाजाच्या छाताडावर बेगुमानपणे नाचावे याचा अर्थच त्यांना समजत नाही ! 'There is something rotten in the state of Denmark !' अशा अर्थाचे उद्‌गार हॅम्लेट नाटकाच्या प्रारंभीच काढतो. त्या हॅम्लेटचे दुःख हेच आजच्या भारतातल्या तरुण पिढीचे खरेखुरे दुःख आहे.

दुसरीही एक गोष्ट तरुणपिढीतल्या आजच्या असंतोषाला आणि विफलतेला कारणीभूत झाली आहे. राजकीय स्वातंत्र्य हा जणू एक परीस आहे. तो हाती लागला की आपण साऱ्या देशाचे सोने करून टाकू, अशा प्रकारच्या स्वप्नरंजनात भाबडी भारतीय जनता १९४७ पर्यंत मश्गूल होती. गांधीजींसारखे द्रष्टे त्या स्वप्नरंजनात कधीही रममाण झाले नाहीत हे खरे ! पण, परिस्थितीमुळे का होईना, त्यांनासुद्धा पुष्कळसा भर द्यावा लागला तो स्वातंत्र्याच्या चळवळीवर. केवळ राजकीय स्वातंत्र्याने देश समृद्ध होणार नाही. पिढ्यान् पिढ्या विज्ञानाची कास धरून कष्ट करावेत तेव्हाच देशात सर्वस्पर्शी संपन्नता येईल. केवळ संपन्नता झाल्याने सामान्य मनुष्य सुखी होणार नाही, त्या संपत्तीची शक्य तेवढी समान वाटणी करायला सर्वांना सिद्ध व्हावे लागेल आणि हे सर्व घडेल तेव्हाच टिळक-आगरकरांची आणि गांधी-नेहरूंची स्वप्ने साकार होतील, हे कुणालाही विचारांती कळण्याजोगे होते. पण हे सर्व पायरी पायरीने घडविण्याकरिता लोकजागृती आणि लोकशिक्षण यांचा काट्याकुट्यांनी भरलेला प्रदीर्घ मार्ग पावलापावलाने तुडवीत राहण्याचे व्रत स्वातंत्र्यानंतर कुणीही मन:पूर्वक अंगिकारले नाही. त्यामुळे आपले सामाजिक मन १९४७ पूर्वीच्या स्वप्नरंजनाभोवतीच पिंगा घालीत राहिले. आता आपले सरकार आले आहे, त्याने सर्व काही आपल्याला द्यावे आणि आपण ते घ्यावे हा सुलभ मार्ग सर्वांनाच सोयीस्कर वाटू लागला. शासनानेही आपले आसन स्थिर रहावे म्हणून सामाजिक मनातल्या अगणित भ्रामक फुग्यांना टाचण्या लावण्याचे साहस सहसा केले नाही.

भारतीय मन प्राचीन काळापासून शब्दावडंबराला भुलणारे, वास्तवापेक्षा काल्पनिकात रमणारे आणि ब्रह्म-माया, द्वैत-अद्वैत यांच्या काथ्याकुटाने

पुण्यप्राप्तीचा मार्ग मोकळा होतो अशी भोळी समजूत उराशी कवटाळून बसणारे आहेत. स्वातंत्र्यप्राप्तीनंतर लोकशाही, समाजवाद इत्यादिकांपासून तायचुंग, हायब्रीडपर्यंत शेकडो नव्या शब्दप्रयोगांत आणि त्यांतून सूचित होणाऱ्या समतासमृद्धींच्या जलधारांत आपण नाहून निघालो. मात्र शब्दांच्या मागे जेव्हा संघटित कृतीचे सामर्थ्य उभे राहते, तेव्हाच त्या शब्दांनी व्यक्त होणाऱ्या कल्पना सत्यसृष्टीत उतरू शकतात; हे आपण अजूनही नीट जाणलेले नाही. सन्मान्य अपवाद सोडून दिले तर आपले सामाजिक मन अजून स्वप्नरंजनाच्या प्रवाहातच वाहत चालले आहे. चिखलाने आणि काट्याकुट्यांनी भरलेल्या वास्तवाच्या काठावर निर्धाराने पाऊल टाकायला ते तयार होत नाही. सदैव स्वप्नरंजनात रमणाऱ्यांच्या नशिबी स्वप्नभंगांचा भोगवटा येणे अपरिहार्य आहे.

एकीकडे स्वप्नभंग आणि दुसरीकडे नैतिक अराजक यांच्या कात्रीत आपल्या आजच्या भारतीय तरुण मनाच्या चिंधड्या होत आहेत. ज्या पापांना ही पिढी जबाबदार नाही; त्यांची विषारी फळे तिला चोखावी लागत आहेत ! यासाठी तिने अंतर्मुख होऊन स्वत:ला अगतिक करणाऱ्या या शृंखला तोडून टाकण्याची कोशिश केली पाहिजे.

भारताचे अठरा-विश्वे दारिद्र्य सतरा किंवा साडे-सोळा विश्वे झाले असेल ! पण ते समूळ नाहीसे व्हायला या देशाला दीर्घकाळ कष्टांचे डोंगर उपसायला हवेत. मूठभर धनिकांचे ऐश्वर्य, मिरासदार वर्गांचे वैभव आणि व्यक्तिगत संपन्नता म्हणजे आणि सामाजिक सुबत्ता नव्हे ! म्हणून तरुण पिढीने आपल्या सुख-दु:खांचा विचार विद्यमान सामाजिक परिस्थितीच्या संदर्भातच करायला हवा. आपल्या सामाजिक मनातले सारे दोष आणि आपल्या सामाजिक जीवनाच्या साऱ्या मर्यादा लक्षात घेऊनच तरुणांनी वैयक्तिक लाभ-हानीचे हिशोब केले पाहिजेत. असे झाले तर त्यांना वाटणारी विफलता निश्चित कमी होईल.

तरुण पिढीला ज्ञान-विज्ञानाची, कला-क्रीडांची आणि पराक्रम-प्रदर्शनाची कितीतरी नवी क्षेत्रे खुली झाली आहेत. संशोधनापासून समरांगणापर्यंतच्या अनेक मार्गांतले अडसर स्वातंत्र्याने दूर केले आहेत. समाजाने मला काय दिले याचा विचार तरुण पिढीने जरूर करावा. पण त्याचबरोबर मी माझ्या समाजाचे काय काय देणे लागतो याचाही प्रत्येकाने प्रामाणिकपणे शोध घ्यावा.

प्रगतीच्या वाटा रोखणाऱ्या प्रत्येक गोष्टीविरुद्ध नव्या पिढीने खूप बंड पुकारावे पण बंड म्हणजे निष्क्रिय बडबड नव्हे; बंड म्हणजे कजाग बाईने घराच्या चार भिंती आड केलेली आदळआपट नव्हे; बंड म्हणजे बागेत शिरून माकडांनी मांडलेला उच्छाद नव्हे ! तरुणांच्या बंडखोरपणामागे चौरस चिंतन हवे- ज्वलंत चैतन्य हवे - सामाजिक अन्यायाची चीड हवी आर्थिक समतेची चाड हवी ! यातूनच त्यांना नवा प्रकाश दिसेल.

नैतिक अराजकतेच्या बाबतीतही तरुणांनी उदासीन राहून चालणार नाही. समाजात राजरोसपणे चालणारे लहान-मोठे अनैतिक व्यवहार हे भयंकर सांसर्गिक जंतूसारखे असतात. त्यांच्यामुळे निर्माण होणाऱ्या रोग्यांची लागण वणव्याच्या वेगाने होत जाते. आपल्या देशातही गेल्या दहा-पंधरा वर्षांत या विषवृक्षाची पाळेमुळे सर्वत्र पसरली आहेत. पण भौतिक समृद्धीकरिता धडपडणाऱ्यांनी नैतिक अराजकाची गय करणे हा अंती आत्मघाताचाच प्रकार ठरतो ! नैतिक मूल्यांचा अभाव कर्करोगाप्रमाणे समाजातील आत्मशक्ती खच्ची करीत जातो. ही आत्मशक्ती क्षीण झाली की विनाशाला बारा वाटा मोकळ्या होतात. रोमन साम्राज्याचा अंत, मोगलाई आणि पेशवाई यांची अखेर इत्यादिकांच्या मुळाशी नैतिक अराजकच होते असा इतिहास डिंडिमाचा घोष आहे ! समाजाची आत्मशक्ती दुर्बळ झाली की साऱ्या उदात्त प्रेरणा केवळ शाब्दिक पोपटपंचीपुरत्याच शिल्लक उरतात. समाज हे साठलेल्या नासक्या पाण्याचे एक मोठे तळे होऊन बसते; त्यातला जिवंत झरा आटून जातो.

मात्र सर्व परंपरागत मूल्यांचा आंधळेपणाने स्वीकार करून तरुण पिढीला प्रगती करता येणार नाही. अनेक मूल्ये कालसापेक्ष असतात. अशी जुनी मूल्ये बाजूला सारून नवी मूल्ये प्रस्थापित करण्याचा तरुणाना निश्चित अधिकार आहे. पण ही नवी मूल्ये शोधून काढण्यासाठी संघर्षपूर्ण जीवनाच्या महासागरात कोलंबसाच्या साहसी वृत्तीने त्यांनी आपली जहाजे हाकारली पाहिजेत.

भविष्याचे भय वाटावे आणि वर्तमानाची उबग यावी अशा अनेक गोष्टी आजच्या तरुणांच्या अवतीभोवती घडत आहेत. राजकीय, सामाजिक, आर्थिक, शैक्षणिक इत्यादी जीवनाची जडण-घडण करणाऱ्या गोष्टींच्या बाबतीत बुद्धिवादी बैठकीवरून मूलगामी विचार करण्याचे आणि त्या विचारांचे निष्कर्ष प्रामाणिकपणाने स्वीकारून पुढे पाऊल टाकण्याचे

अजूनही आपल्याला जमत नाही. तरूण पिढीची कुचंबणा यातूनच निर्माण होते. पण कुठल्याही कुंचबणेत कुजत जगणे हा तारुण्याचा स्वभावधर्म नाही. यौवन स्वभावत:च बंडखोर आणि संवेदनशील असते. स्वत:च्या पायांतल्या बेड्या जशा त्याला साहवत नाहीत, तशाच इतरांच्या पायांतल्या शृंखलाही त्याला पाहवत नाहीत. म्हणून तरुणपिढीने केवळ धुमसत राहू नये. खऱ्याखुऱ्या सामाजिक आणि आर्थिक क्रांतीच्या ईर्ष्येने पेटून उठावे. भारतीय समाजाच्या विशाल संदर्भात तिने स्वत:ची सुख-दु:खे पहावीत आणि भोवताली अंधार दाटला असला तरी तो आपल्या अंतरीच्या ज्वाळेने उजळविण्याची हिंमत बाळगावी. ''ज्वालेविण जळती जे, त्यांचे सर्वस्व खुजे ! सौख्य खुजे, दु:ख खुजे, धूरचि मागे नि पुढे।'' या काव्यपंक्ती अशी हिंमत बाळगणाऱ्यांना निश्चित मार्गदर्शन करतील.

श्री वारणा विभाग शिक्षण मंडळ पंचवार्षिक स्मरणिका (जून, १९७०)

⊙ ⊙

✦

जिकडे दिनमणी - मी तिकडे

✦

काही दिवसांपूर्वीची गोष्ट. योगायोगानं एक तरूण कवयित्री भेटली. काळी-सावळी, साधीसुधी, चार चौघींसारखी दिसणारी ! माझ्या कविता वाचून पाहाल का ? असं जर तिनं मला विचारलं नसतं, तर ती कविता करते हे मला खरं सुद्धा वाटलं नसतं ! माणसाचं बाह्यरूप आणि त्याचे गुण त्यांचे कोष्टक कवी मंडळी कसंही तयार करोत, केवळ चेहऱ्यामोहऱ्यावरून त्याच्या अंगी वसत असलेल्या गुणांची कल्पना करता येत नाही हेच खरं !

या कवयित्रीच्या कविता मी आवडीने वाचल्या. त्या वाचताना मला एक सुखद अनुभव आला. विशी-तिशीतल्या पुष्कळ लेखकांचं लिखाण वाचताना समुद्रकाठी बसून आपण लाटावरला नुसता फेस पहात आहो, असं मला अनेकदा तीव्रतेनं जाणवतं. तो फेस हातात धरायला गेलं की नाहीसा होतो. या कवितांची गोष्ट तशी नव्हती. त्यांना खारट-खुरट चव होती.

हे नाणं आकारानं लहान होतं. पण ते बद्द वाजत नव्हतं, कुठं चार ओळी, कुठं आठ-दहा ओळी असा बहुतेक कवितांचा आटोपशीर प्रपंच होता. पण या चिमुकल्या संसाराला जाई-जुईंचा सुगंध कुठंतरी स्पर्श करून गेला होता. कवयित्रीच्या कल्पनात आणि भावनात सजीवता जाणवत होती. तिच्या अनुभवाचं विश्व अगदी लहान होतं. पण या इवल्याशा विश्वातही ती अंतर्मुख होऊन वावरत आहे, हे दर्शविणाऱ्या

अनेक पाऊलखुणा होत्या.

आकाशात अचानक वीज चमकून जावी तसं प्रतिभेचं अनपेक्षित दर्शन अधून मधून घडतं, अशी वीज दिसली की, माझं मन उजळून जातं. साहजिकच या कवयित्रीचं अभिनंदन करावं म्हणून मी पत्र लिहायला बसलो - पण नेमका याच क्षणी माझ्यातला टीकाकार जागा झाला. या कवितांत काही ठिकाणी, ऱ्हस्व-दीर्घाची अक्षम्य ओढाताण होती. कित्येक शब्दांचे अर्थ नीट ठाऊक नसल्यामुळे ते चपखलपणे वापरले गेले नव्हते, छंदाची जान-पहचान कविता लिहिता-लिहिता लेखिकेला जी काय झाली असेल तेवढीच. कवयित्रीच्या पुढील रचनेत हे दोष राहू नयेत म्हणून पत्राच्या शेवटी मी लिहिलं- ''तुमच्या कवितेत मला जी लहान-सहान वैगुण्यं आढळली, ती मी पुढे नमूद करीत आहे. तुमच्या प्रतिभेला परिश्रमांची जोड मिळाली तर हे किरकोळ दोष सहज दूर होतील. तुमचा भविष्यकाळ उज्ज्वल आहे. तुम्ही हे परिश्रम घेतलेच पाहिजेत असं माझं तुम्हाला आग्रहाचं सांगणं आहे. चढण्याचे कष्ट घेतल्याशिवाय पर्वताचं शिखर गाठता येत नाही, हे विसरू नका. आपण ज्या मोटारीतून प्रवास करतो, ती कितीही आरामशीर असली, तरी ती ज्या रस्त्यानं जायची आहे त्याच्यावर खांच-खळगे असता कामा नयेत. ते बुजविले तरच आपला प्रवास सुखकर होईल. लेखनाच्या बाबतींत आपण सर्वांना ही गोष्ट सतत लक्षात ठेवली पाहिजे.''

माझ्या पत्राचं उत्तर लवकरच आलं. त्यात प्रतिभेचं देणं लाभलेल्या या कवयित्रीनं लिहिलं होतं, ''मी फारशी शिकलेली नाही. कविता कराव्याशा वाटल्या म्हणून त्या केल्या. तुम्ही म्हणता तसा छंदांचा, भाषेचा आणि इतर प्रकारचा अभ्यास माझ्या हातून होणं कठीण आहे. स्वयंपाक पाणी, शाळेतली नोकरी, छोट्या बेबीची देखभाल यातून डोकंच वर निघत नाही.''

मला एकदम नामयाच्या जनीची आठवण झाली. ती सकाळपासून रात्रीपर्यंत काबाडकष्ट उपशीत नव्हती काय ? ती रात्री दळायला बसली, म्हणजे तिला हातभार लावायला साक्षात् पांडुरंग येई. हे भोळ्याभाबड्या भारतीय मनाचं स्वप्नरंजन आज कोण खरे मानील ? पण घरकामाचे काबाडकष्ट उपसत असतानाच जनाबाईनं जी आर्त, मधुर आणि भावपूर्ण कविता लिहिली ती कशाच्या बळावर ? ते

आत्मबळ या आधुनिक कवयित्रीच्या ठिकाणी का दिसू नये ? आपल्या अंगी असलेल्या गुणांचा जास्तीत जास्त विकास व्हावा या आकांक्षेनं तिनं झपाटून जायला हवं होतं, पण तिच्या पत्रात तर नुसता अडचणींचा पाढा होता. लहान-मोठी स्वप्न पहायची आमची सवयच लोप पावत चालली आहे की काय, असा प्रश्न माझ्यापुढे उभा राहिला. मन बेचैन झालं.

मला वाटतं, आजकालचं तरुण भारतीय मन आपल्या अडचणींचा अवास्तव विचार करीत बसतं. अतिविचारानं आपण आत्मविश्वासाला पारखे होत जातो याची ते दखल घेत नाही. विसावं शतक अनेक वैज्ञानिक शोध, कितीतरी सुखसोयी आणि अगणित सामाजिक स्वप्नं घेऊन जन्माला आलं. पण गावात बस सुरू झाली की आम्ही चटकन् पांगळे होतो ! तसंच या बाबतीत आमचं झालं आहे. या शतकाची नवी आह्वानं भारतीय मन अजूनही नीट आकलन करू शकलं नाही. बस नसताना आपण मैल-दोन मैल सहज चालत जात होतो, याचा शहरातल्या पादचाऱ्यांना जसा विसर पडतो, तशा पूर्वीच्या सर्व प्रेरणा आम्हाला पारख्या झाल्या आहेत. पायी चालत जाण्याचा विचार मनाला रुचत नाही. म्हणून घटका घटका उन्हात तिष्ठत राहणाऱ्या माणसाप्रमाणं आपण अगतिक होऊन आपल्याला जागा देणाऱ्या बसची वाट पाहात उभे राहत आहो. गर्दी फार आहे आणि गाड्या थोड्या आहेत, हे काही केल्या आपल्या लक्षातच येत नाही.

याच वेळी माझी आणि एका तरुण इंजिनिअराची गाठ पडली. माध्यमिक शाळेत शिकणाऱ्या आपल्या बहिणीसाठी माझी स्वाक्षरी घ्यायला तो आला होता. मी सहज त्याच्याशी बोलू लागलो. तो मनानं खचला आहे हे माझ्या लक्षात आलं. त्याच्या या स्थितीचे कारण त्याला कुठं चांगली नोकरी मिळत नव्हती हे होतं, बापाच्या ओळखीदेखीमुळं एका कारखान्यात दोन अडीचशे रुपयावर तो उमेदवारी करीत होता. घरची स्थिती अनुकूल नसतांना या हुशार मुलानं आपलं उच्च शिक्षण चांगल्या रीतीनं पूर्ण केलं होतं. पण एका नव्या वावटळींत तो सापडला होता. ती वावटळ म्हणजे इंजिनिअरांची बेकारी. आपला कुठं मोठा वशिला नाही; म्हणून ही भिकार नोकरी करीत आपल्याला रखडत रहावं लागत आहे. या एका विचारानं त्याचं मन कडवट झालं होतं. समाज, सरकार आणि नशीब या सर्वांनी आपल्याला दगा दिला आहे

या कल्पनेनं तो मनातल्या मनात जळफळत होता. "या भिकारड्या देशात रहाण्यात काय अर्थ आहे ?" असं तो उद्गारला, तेव्हा मी म्हटलं, "हा देश सदैव असाच भिकारडा राहू नये, म्हणून तर तुम्हा तरुणांची त्याला जरूरी आहे. शहरात आज तुम्हाला मनासारखं काम आणि मनासारखा पगार मिळत नसेल ! पण खेडोपाडी पसरलेल्या कोट्यवधी माणसांच्या जीवनात, तुमच्या बुद्धीला, तुम्ही संपादन केलेल्या ज्ञानाला आणि नवनिर्मितीच्या स्वप्नांना बिलकुल अवसर नाही असं कसं म्हणता येईल ? या देशातल्या गोरगरिबांसाठी नव्या प्रकारची स्वत:ची घरं कशी बांधता येतील याचं संशोधन तुम्ही करायचं नाही तर कुणी ? ठिकठिकाणी वाया जाणारं पाणी कसं अडवता येईल, कसं उपयोगात आणता येईल, यांची स्वप्नं तुम्हीच पहायला नकोत का ? अगदी प्राथमिक कामांचे डोंगर सर्वत्र पडले आहेत. ते सारे सरकार थोडेच उचलणार आहे ?"

असं काही तरी मी खूप वेळ बोलत राहिलो. पण त्या तरुणाला माझं म्हणणं पटलं नाही. आपल्या मनोभंगाच्या कवचातून तो काही केल्या बाहेर पडू शकला नाही. शिक्षणानं त्याला इंजिनिअर केलं होतं; पण त्याच्या ठिकाणचा पराक्रम जागृत केला नव्हता ! तो मनानं दुबळाच राहिला होता. सुवर्णभूमीच्या शोधासाठी कोलंबसानं ज्या निर्भयपणानं आपलं जहाज समुद्रात लोटलं होतं, त्याचा पुसट वारासुद्धा या तरूण भारतीय मनाला स्पर्शून गेला नव्हता, आत्मविश्वासाच्या अभावामुळे चांगल्या पगाराच्या नोकरीखेरीज अन्य कुठलंही ध्येय त्याच्या डोळ्यांपुढे तरळत नव्हतं.

वानगी म्हणून मी ही उदाहरणं दिली. असे अनेक अनुभव वारंवार येतात. मग त्यांची कडू चव माझ्यासारख्यांच्या मनात दिवसभर रेंगाळत रहाते. मी स्वत:लाच एक प्रश्न पुन्हा पुन्हा विचारतो, 'आजची तरुण पिढी पराक्रमाची नवी स्वप्नं का पाहू शकत नाही ?' खरं पाहिलं तर भारतीय तरुणांनी देश स्वतंत्र झाल्यानंतर आपले पंख पसरून अस्मानाचा ठाव घेण्याचा प्रयत्न करायला हवा होता ! ते तर झालंच नाही. उलट पंख कापलेल्या पाखरासारखी ही पिढी जागच्या जागी फडफड करीत आहे, अहोरात्र चडफडत आहे आणि अगतिक बनून प्रवाहपतित आहे. असं का व्हावं ?

या अनपेक्षित मरगळीची काही कारणं १९४७ नंतरच्या आपल्या राजकीय, सामाजिक आणि आर्थिक गोंधळात आहेत; भारतीय संस्कृतीचा टेंभा मिरविणाऱ्या समाजाच्या झपाट्यानं होणाऱ्या नैतिक अध:पातात ही आहेत! पण या कारणांच्या जोडीनं ज्या अनेक गोष्टींचा उल्लेख व्हावयाला हवा, त्या तशाच दुर्लक्षित राहात आहेत. शासनापाशी काही जादूची कांडी नसते, हे आजच्या तथाकथित बुद्धिवादी तरुणांना कळत नसेल असं कसं म्हणावं! अज्ञान आणि दारिद्र्य हे दोन ब्रह्मराक्षस आपल्या मानगुटीवर शतकानुशतके बसले होते, ते तिथून सुखासुखी थोडेच पळ काढणार आहेत? स्वराज्य आलं ते या राक्षसांशी तरुण पिढीनं प्राण पणाला लावून मुकाबला करावा म्हणून. पण या पिढीला काळपुरुषाच्या हाका ऐकू येत नाहीत; त्याची पावलं कोणत्या दिशेनं पडत आहेत, हे पाहण्याचं त्राणही तिच्या अंगी नाही. ती फक्त सुरक्षितता शोधीत आहे. ती मिळत नाही म्हणून आक्रंदत आहे. पुरुषार्थाची नवी नवी क्षेत्रं खुली होत असताना 'मदायत्तं तु पौरुषम्' या जीवनाला आधारभूत असलेल्या महामंत्राचा विसर आमच्या तरुणांना पडला आहे.

राष्ट्राच्या उज्ज्वल भविष्याची स्वप्नं तरुणांना पडायची नाहीत तर ती कुणाला? ती साकार करण्याकरिता तरुणाखेरीज जीवाचं रान दुसरे कोण करू शकतील? आज अनेक अंतर्गत दोषांनी आपलं जीवन गढूळ झालं आहे. त्यात अनेक उलट सुलट प्रवाह निर्माण झाले आहेत. पण इतिहासाला हा अनुभव काही नवा नाही. परिस्थिती कितीही प्रतिकूल असली तरी तिचं आह्वान तारुण्यच स्वीकारतं, याचे अनेक दाखले त्याच्या दप्तरात नमूद आहेत.

म्हणून आजच्या तरुण पिढीनं प्रथम एक पथ्य कसोशीनं पाळलं पाहिजे, तिनं आपल्या वैयक्तिक अडचणींचा बाऊ करीत बसू नये. लहान-मोठे सर्व सामाजिक संदर्भ सोडून केवळ स्वत:च्या दु:खांचा विचार करीत बसणारा मनुष्य केवळ अश्रद्ध आणि टीकाखोर होत नाही, तो पूर्णपणे निष्क्रिय बनतो. त्याला अकाली मनाचं वार्धक्य येतं.

यासाठीच आजच्या तरुणतरुणींनी नव्या भव्य स्वप्नांच्या प्रवाहात स्वत:ला झोकून दिलं पाहिजे. यंत्राच्या खडखडाटात, शहरातल्या कलकलाटात आणि स्वार्थाच्या खणखणाटाचा माणसाला आपल्या

आत्म्याचा आवाजच ऐकू येईनासा झाला आहे त्याची अनेक परंपरागत श्रद्धास्थानं विज्ञानाच्या झपाट्यात नेस्तनाबूत होत आहेत. अशावेळी आपली नवी श्रद्धास्थानं शोधण्याचा प्रयत्न तरुण पिढीनं केला तरच तिच्या मनाची मरगळ दूर होईल. जीवनाचा अर्थ कधी निसर्ग लावीत नाही. तो मनुष्यच लावतो. जुना अर्थ पटेनासा झाला तर त्यात नवा अर्थ शोधण्याचा प्रयत्न तोच करू शकतो.

निसर्गाप्रमाणं संस्कृतीला ही पोकळी मंजूर नाही. दुर्दैवानं आज देशात अशी पोकळी निर्माण झाली आहे. या पोकळींत तरुण मनं सापडली आहेत- गुदमरत आहेत. आंधळेपणानं स्वत:भोवती भिरभिरत आहेत. यंत्रयुगाचे वरदान स्वीकारायला आणि त्याच्या नानाविध शापावर उ:शाप मिळवायला त्यांनी या पोकळीतून बाहेर पडलं पाहिजे, ते ही आपल्या पंखांची शक्ति एकवटून. दाणा-पाण्याच्या आशेनं नव्हे तर नव्या स्वप्नांच्या आकर्षणानं. जे वर्तमानकाळाची आव्हानं स्वीकारतात तेच भविष्यकाळावर अधिराज्य करू शकतात !!

सुदर्शन (ऑगस्ट, १९७०) ⊙ ⊙

कळस झगझगीत - पाया भुसभुशीत

"कागदी घोड्यांवर स्वार होऊन खऱ्याखुऱ्या लढाया कुणीही जिंकू शकत नाही. वास्तवाच्या सिंहाचा जबडा उघडून त्याचे दात मोजायला जे ध्यैर्य लागतं त्याचा स्पर्श आमच्या मनांना अजूनही झालेला नाही. आज अधिक गरज आहे ती देशातल्या सामान्य मनुष्याला जागविण्याची, बुद्धिवादाच्या बैठकीवरून जीवन निर्भयपणे न्याहाळण्याची शक्ति त्याच्या अंगी आणण्याची !"

दैनिकाचा ताजा अंक हातात पडला की, मी चटकन नजर फिरवतो ती चौकटीतल्या बातम्यांवर. पहिल्या पानावरल्या सनसनाटी वार्ता किंवा आतल्या पानावरला अग्रलेख, यांचे चौकटीच्या मखरात बसून मिरविणाऱ्या बातमी इतकं मला आकर्षण वाटत नाही. याची अनेक कारणं असू शकतील ! देशातील राजकारणाला आलेलं धर्मशाळेचे स्वरूप, आकाशवाणीमुळं गरमागरम बातम्यांना प्राप्त होणारा थंडगार शिळेपणा, सरकार आणि समाज यांना परखडपणानं कटु सत्ये सुनावणाऱ्या संपादकांची रोडावणारी संख्या, कारणं काही असोत ! चौकटीत छापून येणारी बातमी माझं लक्ष आधी वेधून घेते हे मात्र खरं. नक्षीदार चौकटीतली बातमी एखाद्या उत्सवमूर्तीसारखी वाटते मला ! अशा प्रकारच्या बातम्या मला आवडतात याचं कारण एकच आहे, त्या सनसनाटी नसतात. बाह्यत: त्या अगदी साध्या दिसतात पण त्यात सामाजिक मनाचं किंवा समाज जीवनाचं जे प्रतिबिंब

पडलेलं असतं, मला अस्वस्थ करतं - विचार करायला लावतं.

गेल्या जून अखेरची गोष्ट. माझी दुपारची वामकुक्षी चालली होती. महाराष्ट्र टाईम्सचा ताजा अंक पुढच्या खोलीत पडल्याचा आवाज मी ऐकला. उठून बाहेर आलो. अंक उघडून त्याच्यावरून भरभर नजर फिरविली. चौकटीने शृंगारलेल्या तीन बातम्या माझ्या नजरेत भरल्या. मी उत्सुकतेने त्या वाचू लागलो. पहिली बातमी अशी होती-

लंडन, दि २८ - सुभेदार (नंतर कॅप्टन) इशरसिंग यांनी १९२१ साली वझीराबाद येथे पटकावलेल्या व्हिक्टोरिया क्रॉसला भारताने मुकावे याविषयी येथील शीख रहिवाश्यांना विशेष खंत वाटते.

या पदकाचा लिलाव पुकारण्यात आला व त्याला २००० पौंडाची (३६०००रु.) विक्रमी किंमत आली. इंग्लंडमधील शीखांच्या संघटनेच्या एका प्रतिनिधीने सांगितले की, 'पदक हातचे जाऊ नये म्हणून आम्ही लिलावास हजर राहिलो होतो. परंतु लिलावात पुकारली गेलेली किंमत आमच्या आवाक्याबाहेरची होती.' नाणी व पदके यांचा व्यापार करणाऱ्या एका गटाने भारतात हे पदक कॅप्टन इशरसिंग यांच्या विधवा पत्नीकडून पन्नास रुपयास विकत घेऊन भारताबाहेर नेले.

दुसऱ्या चौकटीतील बातमी पुढीलप्रमाणे होती -

पणजी, दि. २८ - पणजीपासून १४ मैलावर असलेल्या बेवडी या गावची ही हकीकत आहे. हे गाव सुमारे ३५०० वस्तीचे असून गावाचे क्षेत्रफळ १० चौ. मैलाच्या आसपास आहे. त्या गावात एकही विहीर नाही. एकही पोह्यांची लाट नाही, एका ठराविक दिवशी गावातील सर्व लोक घरी जेवण जेवत नाहीत.

याबाबत चौकशी केली असता असे समजते की, शेकडो वर्षापूर्वी या गावची मुख्य देवता श्रीमंदोदरी हिला एका प्रसंगी गावकऱ्यांनी वरील तिन्ही गोष्टी न करण्याचे वचन दिले होते. ते अद्याप पाळण्यात येत आहे.

या गावातील सर्व लोक झरी किंवा पाटाचे पाणी वापरतात. पोहे दुसऱ्या गावातून कांडून आणतात. एका ठराविक दिवशी जेवण घरी तयार करून गावाबाहेर नेऊन जेवतात.

तिसरी बातमी अशी होती -

औरंगाबाद, दि. २८ - ग्रामीण भागातून प्रतिवर्षी झेंडावंदनाचे

असंख्य कार्यक्रम होत असूनही राष्ट्रध्वज कसा आणि कोणत्या रंगाचा असतो, हे माहीत नसणारा एक नागरिक दि. २३ रोजी वैजापूरच्या तहसील कचेरीत आलेला आढळला. त्याने राष्ट्रध्वजाची चक्क पिशवी शिवली होती.

वैजापूर तालुक्यातील नादी गावचा गंगाधर रबा पंडित हा सुमारे चाळीस वर्षे वयाचा इसम काही जमिनीच्या कामासाठी तहसील कचेरीत आला होता. त्याच्या हातात एका भली मोठी १।। फूट रुंदी व दोन फूट लांबी असलेली पिशवी होती. ती राष्ट्रध्वजाची शिवलेली स्पष्ट दिसत होती. ध्वजाचे तिन्ही रंगांचे पट्टे आणि अशोकचक्र वगैरे चिन्हे स्पष्ट दिसत होती. कापड कोरे होते. पिशवीत त्याने भाकरी बांधून आणली होती.

हे दृश्य एका सामाजिक कार्यकर्त्याने नायब तहसीलदारांच्या लक्षात आणून दिल्यानंतर त्याने त्याची लेखी जबानी घेतली - 'राष्ट्रध्वज कसा असतो हे मला माहीत नाही. मुंबईच्या माझ्या एका नातेवाईकाने शिंप्याकडून ही पिशवी आयती विकत घेतली. ती मी घेऊन आलो.' अशा आशयाचे निवेदन गंगाधर पंडितने आपल्या जबानीत केल्याचे समजते.

या तीन बातम्या मी क्रमाने वाचल्या. वाचता वाचता मन सुन्न झाले. प्रत्येक बातमी त्या त्या वार्ताहराने एक रंजक वृत्त म्हणून दिली असेल ! 'कढीचं पाळं फुटलं रे फुटलं' म्हणून मोठी माणसं गुदगुल्या करून लहान मुलाला हसवतात ना ? हे गुदगुल्या करण्याचं तंत्र बातमीदारांनाही सांभाळावं लागतं ! माणसाला कुत्रं चावलं तर ती बातमी होत नाही. पण कुत्र्याला माणूस चावला तर ती चटकदार बातमी ठरते. हे वार्ताशास्त्रातलं सर्वांत महत्त्वाचं सूत्र ! त्या सूत्राला अनुसरून बातमीदारांना या बातम्या दिल्या असतील ? संपादकांनी त्या छापल्या असतील ! पण त्या वाचून माझ्या मनात एक कडू चव रेंगाळू लागली. या तीन बातम्यांच्या रूपाने भारतीय जीवनातल्या त्रिदोषावर नेमकं बोट ठेवलं गेलं आहे. या विचारानं मन अस्वस्थ झालं.

स्वातंत्र्यप्राप्तीनंतर प्रगतीसाठी आपण नानाप्रकारची धडपड केली. पण ती योग्य दिशेनं झाली आहे का ? खऱ्याखुऱ्या प्रगतीसाठी तुडवावे लागणारे कष्टप्रद आणि कंटाळवाणे मार्ग आपण चोखाळीत

आहोत का ? का रंगरंगोटी करून रंगमंचावर उभ्या राहणाऱ्या नटीसारखीच आपल्या प्रगतीची स्थिती आहे ? एक ना दोन, असे अनेक प्रश्न या बातम्यांमुळे माझ्या मनात फडफड करू लागले.

तिसऱ्या बातमीचाच प्रथम विचार करू. १९७० सालीही या देशात असलेल्या अज्ञानाचं भेसूर स्वरूप ती वार्ता कंठरवानं वर्णन करीत होती. तेही किती विदारक रीतीनं ! स्वातंत्र्य येऊन पावशतक होत आलं, एक पिढी मागं पडली, पण अजून आमच्या खेडूताला राष्ट्रध्वज म्हणून काही स्वत्वाचं, स्वातंत्र्याचं आणि राष्ट्राच्या अभिमानाचं प्रतीक असतं याची दाद नाही ! या वार्तेतल्या नायकाचा मुलगा शाळेत जात असेल. त्या पोराच्या पुस्तकात राष्ट्रध्वजाचं चित्रं नाही असं कसं होईल ? पंधरा ऑगस्ट आणि सव्वीस जानेवारी या दिवशी शाळेतल्या ध्वजवंदनाच्या कार्यक्रमाला हा मुलगा न चुकता हजर राहात असेल पण पोराचं पुस्तक उघडून पाहण्याची जिज्ञासा बापाच्या ठिकाणी नाही. आणि मुलगा शाळेत जात असला तरी ज्ञानाच्या उघडू लागलेल्या दरवाजातून येणारा प्रकाश बापाला दाखविण्याइतका तो पोरगा त्या प्रकाशाने वेडावून गेलेला नाही ! सारं कसं शांत, थंड, स्वस्थ, निश्चल, किंबहुना निश्चेष्ट ! आजही आमच्या जिज्ञासाशून्य जीवनाची आणि ज्ञानपराङ्मुख वृत्तीची बैलगाडी धुळीनं भरलेल्या रस्त्यावरून पिढ्यान्‌पिढ्यांच्या चाकोरीतून रखडत चालली आहे ! या बातमीतल्या नायकाच्या नावात पंडित हा शब्द असावा हा केवढा भयंकर विरोधाभास आहे ! उपरोध - प्रिय नियतीनं हा बनाव मुद्दामच जुळवून आणला नसेल ना ?

ते काहीही असो ! राष्ट्रध्वज म्हणजे काय हे ठाऊक नसणारा हा सद्‌गृहस्थ मुंबईला जातो, तिथं हिंडतो-फिरतो, आणि राष्ट्रध्वजाच्या कापडाची शिवलेली एक भली मोठी पिशवी घेऊन घरी परत येतो. ही पिशवी त्याच्या नातलगानं एका शिंप्याकडून विकत घेतली होती. मुंबईतल्या त्या शिंपीदादाला तरी आपण राष्ट्रध्वज असलेल्या कापडाची पिशवी शिवीत आहो, याची जाणीव असायला नको का ? रुपया दोन रुपयासाठी हा पोट जाळण्याचा उद्योग त्यानं केला असला तर स्वतंत्र राष्ट्राचा प्राण असलेला स्वाभिमान अद्यापि आपल्या समाजात जागृत झालेला नाही असंच म्हणावं लागेल !

राष्ट्रध्वज, राष्ट्रगीत आणि राष्ट्रभक्ति याविषयी पूर्णपणे अज्ञानात असणारी किंवा बेफिकीरपणाने वागणारी कोट्यवधी माणसं ज्या देशात आहेत, त्यात दोन तपात साधा सुजाण, स्वाभिमानी नागरिक आपण का निर्माण करू शकलो नाही, याचा विचार आपण करायला नको काय ? त्यासाठी आवश्यक असणारे लोकशिक्षणाचे मार्ग आपण प्रामाणिकपणानं चोखाळीत आहोत काय ? का स्वातंत्र्यप्राप्तीपूर्वीच्या शतकातली सामाजिक जाणिवेची नवी पाऊलवाट पुन्हा काटेरी झुडुपात लुप्त होऊ लागली आहे ?

मतदानाचा हक्क असलेल्या माणसाला आपल्या देशाचा राष्ट्रध्वज ओळखता येत नाही आणि त्याचा मान सदैव राखला पाहिजे याची जाण नाही ही केवढी दुःखाची गोष्ट आहे अशा माणसाला यंत्रयुगाशी, विज्ञाननिष्ठेशी आणि नव्या जीवन मूल्यांशी जुळतं-मिळतं घेण्याचं सामर्थ्य कसं संपादन करता येईल ? ज्या देशात आरोग्याचे साधेसुधे प्राथमिक नियम शिक्षितांनी गजबजलेल्या शहरात सुद्धा पाळले जात नाहीत, काळाची पावले कोणत्या दिशेने पडत आहेत हे कोट्यवधी कुटुंबांच्या कानीही पडत नाही, जीवन सावरणारी मूल्यं कोणती आणि जीवन उध्वस्त करणाऱ्या गोष्टी कोणत्या यांचा विवेक करण्याची शक्तीच जिथल्या नागरिकांच्या ठिकाणी नाही, तिथं सहस्त्रहस्त विज्ञान वरदान देण्यासाठी दारात येऊन उभं राहिलं, तरी त्याचा काय उपयोग आहे ? या विज्ञानाच्या डोळ्याला डोळा भिडवण्याची ताकदच आपण अजून कमावलेली नाही ! मध्ययुगीन सामाजिक जडतेतून आपण खरेखुरे मुक्त झालेलो नाही. कुटुंब नियोजनासाठी विचारवंतांनी कितीही आक्रोश केला, आणि शासनानं पाण्यासारखा पैसा खर्च केला तरी वाढत्या लोकसंख्येचा प्रश्न एखाद्या ब्रह्मसमंधासारखा आपल्याला भेडसावीत आहे, याच कारण एकच आहे. अज्ञान राक्षसाच्या बंदीखान्यातून भारतीय सामाजिक मनाची मुक्तता करण्याचे निकराचे प्रयत्नच गेल्या दोन तपात केले गेले नाहीत ! सत्ता आणि संपत्ती यांच्याकडे पाठ फिरवून जनतेला जागृत करण्याचं कंकण बांधणाऱ्या खऱ्याखुऱ्या लोकसेवकांचा या देशात दुष्काळ पडला आहे.

अज्ञान हा एकच राक्षस आपल्या देशाच्या मानगुटीवर बसला आहे असं नाही. मानवाचं शत्रुत्व करून त्याला पशु पातळीवर नेणारे राक्षस

सहसा एकेकटे संचार करीत नाहीत. नकळत त्यांची एक टोळी बनते. अज्ञान राक्षसाचा सख्खा भाऊ म्हणजे धर्मभोळेपणा ! मी वाचलेल्या दुसऱ्या बातमीमागून या राक्षसाचं विकट हास्य मला स्पष्ट ऐकू येत होतं. या देशातल्या एका गावात म्हणे लोक कधी विहीर खणीत नाहीत ! पोहे कांडीत नाहीत ! वर्षांतून एक दिवस घरी अन्न शिजवून ते गावाबाहेर नेऊन खातात ! कारण काय, तर विस्मृतीच्या उदरात गडप झालेल्या कोणा एका काळी त्यावेळच्या गावकऱ्यांनी ग्रामदेवता श्रीमंदोदरीदेवी हिच्या पायापाशी तसं करण्याची शपथ घेतली होती.

एखाद्या गावात मंदोदरीचं देऊळ असू शकतं ही गोष्ट, ही बातमी वाचली तेव्हाच प्रथम मला कळली. मंदोदरी ही पुराण काळातली सती पण काही झालं तरी ती रावणाची पत्नी. तेव्हा तिला ग्रामदेवता बनवून तिची पूजा करण्याच्या भानगडीत भारतात कुणी पडणार नाही अशी माझी भाबडी समजूत होती. पण हां हां म्हणता देवांची संख्या एकावरून तेहेत्तीस कोटीवर नेऊन पोचविणाऱ्या बहाद्दरांना आणखी एखादी देवता निर्माण करणं हा तळहाताचा मळ वाटणं स्वाभाविक आहे. आम्ही मंडळी कुणाला, केव्हा, कशासाठी देवपद देऊ हे परमेश्वरालाही सांगता येणार नाही ! मंदोदरीचं देऊळ गोमंतकात असल्यामुळे लंका गोव्याच्या आसपासच असली पाहिजे, असा नवा शोध लावणारा कुणी बृहस्पती या बातमीचा आधार घेऊन पुढे आला नाही म्हणजे मिळवली !

या मंदोदरी प्रकरणाचा विचार करताना माझ्या मनाला ज्या वेदना झाल्या, त्या आपलं अंधश्रद्धाचं दास्य पुराणकाळाइतकंच विसाव्या शतकाच्या उत्तरार्धातही कायम आहे, या जाणिवेनं ! आजकाल विज्ञान सृष्टीतल्या शेकडो घडामोडीचे कार्यकारण भाव उलगडून दाखवीत आहे. तत्त्वज्ञान माणसाच्या बुद्धीवर चढलेला भ्रामक समजुतीचा गंज खरडून काढीत आहे. साहित्यकार आणि शास्त्रकार आपल्यापरीनं जीवन-सत्याचा शोध कसोशीनं करीत आहेत. अशा स्थितीत पूर्वकाळी रूढ झालेल्या अवास्तव आणि अज्ञानजन्य कल्पनांना आपण यापुढे किती काळ असेच कवटाळून बसणार आहोत ? परंपरेने चालत आलेल्या चाली, रूढी आणि समजुती यांना शरण जाऊन अजूनही आपण आदिमानवाचं जीवनच जगत राहणार आहोत काय ?

ग्रामदेवतेसाठी गावात विहीर न खणणाऱ्या त्या लोकांना मी दूषणं

दिली खरी ! पण आमची शहरे आणि त्यातले सुशिक्षित धर्मभोळेपणाच्या पाशातून जिथं मुक्त झालेले नाहीत, तिथं त्या बिचाऱ्या खेडूतांना बोल लावण्यात काय अर्थ आहे ? टिळेटोपी माळा लेऊन संताचं सोंग सजविणाऱ्यांचा तुकोबानी तीन शतकापूर्वीच खरपूस समाचार घेतला आहे ! पण अजून आपल्या समाजातलं नाटकी साधुत्वाचं प्रस्थ कमी झालेलं नाही. ठिकठिकाणी नव्या बोवांच्या गाद्या स्थापन होत आहेत. अमके महाराज किंवा तमके योगीमहाराज अंतर्ज्ञानानं भविष्यकालीन गोष्टी सांगत असल्याच्या, नवसांना पावल्याच्या आणि अशाच प्रकारच्या कथा भक्तिभावानं सांगितल्या जात आहेत. बुद्धिवादावर बुरशी चढविणाऱ्या शब्दजालांची पूर्वीपेक्षाही समाजात अधिक चलती दिसत आहे. माणसाच्या ईश्वरीशक्तीशी असलेल्या संबंधाला कुणाही मध्यस्थाची जरूरी नाही, या भूमिकेवरून भलेभले ढळले आहेत ! आजचा सुशिक्षित एका हातानं विज्ञानाशी हस्तांदोलन करीत असल्याचं दृश्य दिसतं आणि दुसऱ्या हातानं तो धर्मभोळेपणाला कवटाळीत असल्याचा देखावा दृष्टीला पडतो ! दोन बायकांच्या दादल्यासारखी स्थिती झालेला हा प्रवाहपतित समाज पाहून हसावं का रडावं हेच कळत नाही ! वेदांत आणि विज्ञान यांचा काला करून त्या रसायनानं जीभ तल्लख केली म्हणजे भोळीभाबडी भारतीय जनता भाळून जाते हे आजकालच्या अनेक महाभागानीं पुरेपूर ओळखलं आहे. धर्म, साधना, संस्कृती इत्यादिकांच्या नावाखाली सध्या जी लंबी चवडी प्रवचनं दिली जातात, ती जशी ऐहिक पुरुषार्थाला प्रेरक ठरत नाहीत, तशी धुक्यानं भरलेल्या परमार्थाच्या मार्गावरही ती प्रकाश टाकू शकत नाहीत. हिप्पी, बीटल्स वगैरे मंडळी जी गुंगी आणणारी औषधं वापरतात त्यांचीच ही धार्मिक आवृत्ती म्हणावी लागेल !

मी वाचलेल्या पहिल्या बातमीत आणखी एका राक्षसाचं अक्राळ विक्राळ स्वरूप प्रगट झालं होतं. तो राक्षस म्हणजे पिढ्यान्‌पिढ्या आपल्या मानगुटीवर बसलेलं दारिद्र्य ! एक शीखवीर रणांगणांत शौर्य गाजवितो. व्हिक्टोरिया क्रॉस मिळवितो. दुर्दैवाने ते पदक विकण्याची त्याच्या विधवेवर पाळी येते. आपल्या गावात हा शूर पुरुष होऊन गेला, त्यानं मिळविलेलं पदक अगदी अल्प किंमतीत विकण्याची पाळी त्याच्या विधवेवर आली आहे. तेव्हा या बाबतीत आपण काहीतरी केलं

पाहिजे, एवढी दक्षताही त्या गावातले लोक घेऊ शकत नाहीत ! ते पदक अवघ्या पन्नास रुपयांना विकलं जातं ! आणि पुढं लंडनमध्ये लिलावाच्या वेळी ते सोडवून घेण्याची शीख मंडळींची धडपड आर्थिक दुर्बलतेमुळं निष्फळ ठरते. ही सारी कहाणी विलक्षण बोलकी आहे. तिच्यावर निराळं भाष्य कशाला करायला हवं ?

या तीन बातम्यांच्या रुपानं आजच्या भारतीय जीवनाला ग्रासणाऱ्या तीन भयानक व्याधींचं दर्शन मला झालं. दारिद्र्य, अज्ञान आणि धर्मभोळेपणा हे ऐहिक जीवनाला लागणारे तीन महारोग होत ! मूलतः हे मनाचे महारोग आहेत. ते परस्परांना पोषक आहेत. त्यांच्याशी मुकाबला कसा करायचा हे आपण अद्यापि शिकलो नाही. राष्ट्रप्रेमानं ओथंबलेली, बुद्धिवादानं उजळलेली आणि वास्तव पचविण्याची शक्ति असलेली मनंच हे काम करू शकतील. एक व्रत म्हणून लोकजागृतीच्या या कामाला वाहून घेणाऱ्या कार्यकर्त्यांची परंपरा प्रत्येक देशात अखंड चालू रहावी लागते. अज्ञान, दैववाद, विज्ञानविन्मुखता, अंतरंगी भोगासाठी भुकेलेला पण बाहेरून विरक्तीचा आव आणणारा दंभ इत्यादिकांच्या आहारी गेलेला समाज आमूलाग्र बदलणं हे सोपं काम नाही, हे लोकशिक्षणाचं किचकट आणि कष्टप्रद कार्य आहे. ते वर्षानुवर्षे निष्ठेनं आणि चिकाटीनं करावं लागतं. आपल्या कुटुंबाच्या पलीकडे न पाहणारी सामाजिक सुखदुःखाचं सोयरसुतक नसलेली आणि सत्ता व संपत्ती यांच्या दिशेने निघालेल्या दिंडीत आशाळभूतपणानं सामील झालेली सुशिक्षित मंडळी हे आवश्यक परिवर्तन घडवू शकणार नाहीत. विज्ञानानं आपली आयुर्मर्यादा वाढविली आहे. पण या वाढलेल्या आयुष्यातला दररोजचा एकतास निरपेक्षपणे समाजासाठी देणारे कितीसे प्रौढ आणि वृद्ध भोवताली दिसत आहेत ? सारा बुद्धिवाद सोयीस्करपणानं गुंडाळून बासनात ठेवणारा आजचा पांढरपेशा समाजातला धर्मभोळेपणा कमी व्हावा म्हणून काही धडपड करील हे संभवत नाही. आम्ही राजकीय स्वातंत्र्य कसंबसं मिळवलं. त्यात आमच्या कर्तृत्वाचा भाग किती ? आणि दैवाची साथ किती ? या प्रश्नाचा निर्णय भावी इतिहासकार करतील. पण स्वतंत्र झालेल्या राष्ट्रामध्ये ज्या ज्वलंत देशभक्तीचं दर्शन व्हावं लागतं ती आपल्यात दुर्मिळ होऊ पहात आहे. कोमट पाण्यात तांदूळ वैरून भात चांगला होत नाही. ते आधणातच वैरावे लागतात.

सामाजिक परिवर्तनाच्या बाबतीतही हेच सत्य आहे. समाजाच्या बाबतीतही हेच सत्य आहे. समाजाच्या अंगी खिळलेले दोष नाहीसे करण्यासाठी निस्वार्थी समाजसेवकांचा एक वर्ग नेहमीच अस्तित्वात असावा लागतो. पण आपल्यामधून तो आज अस्तंगत होऊ पहात आहे. वेगानं बदलणाऱ्या काळाची आव्हानं स्वीकारायला व्यक्ती मनात आणि सामाजिक मनात आमूलाग्र बदल घडवून आणायला आपण अजून कंबर कसलेली नाही. समाजाची जुनी चौकट कधीच खिळखिळी झाली आहे. कुटुंबव्यवस्था भराभर नवी अवघड वळणं घेत आहे. या दोन्ही क्षेत्रांत काळाची पावलं लक्षात घेऊन नवी घडी आपण लवकर बसवू शकलो तरच या देशाचा प्रगतीचा मार्ग सुकर होईल. अन्यथा आजचे सामाजिक अराजक अधिक भेसूर स्वरुप धारण करील.

राजकीय स्वातंत्र्यासाठी आपण जो प्रवास केला त्याच्यापेक्षा कितीतरी पटीनी अधिक बिकट, अधिक खडतर आणि अधिक धोक्याचा असा रस्ता यापुढे आपल्याला कापायचा आहे. पण दुर्दैवाने याची जाण केवळ सामान्य जनतेलाच नव्हे तर मोठमोठ्या नेत्यांनाही नाही ! स्वार्थपरायणता, मिरासदारीची मानसपूजा, शब्दांच्या रंगीत फुग्यांवर संतुष्ट राहण्याची परंपरागत वृत्ती, जुन्या पुराण्या कालबाह्य कल्पना आणि येऊ घातलेलं नवं जग यांचं लग्न लावण्याची निष्फळ धडपड हे भारतीय जीवनातले दोष आजही सर्वत्र मोठ्या प्रमाणात आढळत आहेत.

कागदी नियम, कागदी कायदे आणि कागदी उपदेश यांच्यावर अजूनही आपण अवास्तव भर देत आहोत. पण कागदी घोड्यावर स्वार होऊन खऱ्याखुऱ्या लढाया कोणीही जिंकू शकत नाही - वास्तव उग्र असेल, भीषण असेल पण या वास्तवाच्या सिंहाचा जबडा उघडून त्यांचे दात मोजायला जे धैर्य लागतं त्याचा स्पर्श बोलाची कढी घालून पातळ केलेला बोलाचा भात ओरपीत बसणाऱ्या आमच्या मनात अजूनही झालेला नाही. या देशातल्या प्रत्येक व्यक्तीला, प्रत्येक कुटुंबाला, प्रत्येक व्यावसायिकाला आपल्याला परीनं करडी शिस्त पाळावी लागेल, ज्ञानविज्ञानाच्या मागं धापा टाकीत धावावं लागेल, अश्रू, घाम आणि रक्त गाळावे लागेल. तसं झालं तरच समाज अंतर्बाह्य बदलेल, प्रवाहपतित वृत्तीनं हे घडणार नाही, आणि जोपर्यंत असं काही घडणार नाही

तोपर्यंत वृत्तपत्रांच्या मी वाचलेल्या बातम्यासारख्या बातम्या छापून यायचं थांबणार नाही ! !

प्रचंड कल्पना, पंडितांचे परिसंवाद, मोठमोठ्या विकास योजना या सर्वाहून आज अधिक गरज आहे ती देशातल्या सामान्य मनुष्याला जागवण्याची, त्याच्या सुप्त आत्मशक्तीला साद घालण्याची, त्याच्या प्रेरणांचे करपून गेलेले अंकुर फुलविण्याची, बुद्धिवादाच्या बैठकीवरून जीवन निर्भयपणे न्याहाळण्याची शक्ति त्यांच्या अंगी आणण्याची ! समृद्धि आणि संस्कृती यांच्या संगमावर उभं राहून नव्या जगातल्या निरभ्र सूर्याला अर्घ्यदान करण्याची जिद्द त्याच्या ठिकाणी निर्माण करण्याची !!

पौरुष (१९७०) ⊙ ⊙

✦

अज्ञाताच्या महाद्वारात

✦

संध्याकाळ झाली. दिवसभरातल्या कामाचा शीण अंगावर आला. उन्हाळ्यामुळं घरात उबल्यासारखं होत होतं. मी बाहेर अंगणात आलो. फेऱ्या घालू लागलो. वाऱ्याच्या झुळकांनी शरीर सुखावलं. शीण थोडासा ओसरला. फेऱ्या घालताना मावळतीकडले बदलणारे रंग नजरेत भरत होते. क्षणाक्षणाला ते बदलत होते. हां - हां म्हणता ते सारे नाहीसे झाले. नानाविध सुंदर रंगांची रांगोळी कुणीतरी पुसून टाकावी आणि जमीन शेणानं सारवावी, तशी पश्चिम दिशा दिसू लागली.

हळू हळू काळोख पडू लागला. बर्फ पडताना मी कधी पाहिलेले नाही. पण का कुणाला ठाऊक, नेहमी काळोख पडू लागला की, बर्फ पडण्याची आठवण मला होऊ लागते. हिमकणासारखेच काळोखाचे कण असावेत अशी कल्पना उगीच मनात तरंगून जाते. चोरपावलांनी पृथ्वीवर उतरणाऱ्या या काळोखाचं वर्णन तांब्यानी 'संध्या छाया भिवविती हृदया' असं केलं आहे. पण मला या छाया उन्हातून वणवण करीत आलेल्या वाटसरूला आमराईतल्या सावल्या वाटाव्यात तशा भासत आल्या आहेत.

वेळापत्रकाप्रमाणं धावणाऱ्या आगगाडीसारखा मनुष्य सकाळपासून संध्याकाळपर्यंत धावत असतो. पोटापाण्याच्या उद्योगात तो गर्क होऊन जातो. स्वस्थ बसायला, शांतपणे चिंतन करायला, बहिर्मुख जीवनक्रमातून अंतर्मुख व्हायला, जीवनात खोल खोल उतरायला उभ्या दिवसात

त्याला सवड होत नाही. सायंकाळ ही नुसती शरीराच्या विसाव्याची वेळ नाही. माणसाच्या मनालाही त्याचवेळी थोडी विश्रांती मिळते. मग या विश्वगंगेच्या काठी बसून तिच्या विशाल आणि विलक्षण प्रवाहाकडं किंचित् अलिप्तपणानं त्याला पाहता येतं. त्यामुळं काळोख पडू लागला की, माझ्या मनाला एक प्रकारची दिवसा न लाभणारी शांती मिळते. विश्वमाऊली आपल्या चंद्रकळेचा पदर या चराचर सृष्टीवर पसरीत आहे, असा भास होतो. कारण काळोख कितीही दाट असला, रात्र वद्य पक्षातली अगदी अमावस्येकडली असली, प्रसंगी कृष्णमेघांनी आकाश झाकळून टाकलं असलं तरी सुद्धा, अनंत अवकाशातले ग्रहगोल नियमित गतीने वाटचाल करीत आहेत, ताऱ्यांचे दिवे क्षणभर मंदावले असले तरी ते पुन्हा उजळणार आहेत, याची आपल्या मनाला खात्री असते. ग्रहगोलांचं आणि नक्षत्रांचं मधुर, मूक संगीत ज्याला अस्पष्टपणे का होईना ऐकण्याचा छंद जडतो त्याला अंध:काराच्या साम्राज्याचं कधीच भय वाटत नाही.

मी फेऱ्या घालीत होतो. इतक्यात एक गृहस्थ मला भेटायला आले. ओळख पुष्कळ दिवसांची. गृहस्थ साहित्यप्रेमी. चार-दोन महिन्यांनी सहज माझ्याकडे फेरी टाकणारे. त्यांची साहित्याची जाण, रसिकता दर्शवणारी होती. चांगल्या इंग्रजी पुस्तकांचं वाचन हा या गृहस्थांचा आवडीचा छंद होता. तेव्हा स्वारी आता एखाद्या नव्या चांगल्या पुस्तकाविषयी आपल्याला काही तरी ऐकवणार या उत्सुकतेनं मी थांबलो. पायऱ्यांशेजारच्या दगडी बैठकीवर ते बसले. पण काही बोलले नाहीत. काही क्षण मी तसाच उभा राहिलो. मग माझ्याकडं एकटक पाहात त्यानी मला विचारलं, 'भाऊसाहेब, मरणाचं तुम्हाला भय वाटतं की नाही ?'

मी चमकलो. त्या गृहस्थांच्या तोंडून असा काही प्रश्न येईल, याची मला कल्पना नव्हती. त्याची मला जी माहिती होती तिच्यावरून ते जसे खुशाल चेंडू नव्हते, तसे ते विशेष गंभीर वृत्तीचेही नव्हते. ते एक मनमौजी सभ्य गृहस्थ होते. ते माझ्याहून पंधरा-वीस वर्षांनी लहान. पन्नासच्या पुढं. पंच्चावन्नच्या आगं मागं. आयुष्यात जो आनंद मिळेल त्याचा आस्वाद घ्यावा, कुणाच्या अध्यातमध्यात पडू नये, अशी त्यांची नेहमीची वृत्ती. अशा गृहस्थानं एकदम मृत्यूविषयी मला काही विचारावं याचं मला आश्चर्य वाटलं.

मी चटकन् उत्तरलो, 'मरणाचं भय वाटत नाही कुणाला ? जगण्याची इच्छा ही माणसाची मूलभूत प्रेरणा आहे. सर्व प्रेरणांत पहिली वहिली. वादळी समुद्रात जहाजानं खोल नांगर टाकून खवळलेल्या पंचमहाभुतांशी झुंज द्यावी त्याप्रमाणं माणूस या जगात जगण्यासाठी धडपडत असतो. तो लुळा-पांगळा असो, रोगी-महारोगी असो, सुष्ट-पुष्ट असो. त्याला सतत जगावंसं वाटत असतं. दुसऱ्याला आशीर्वाद देताना 'त्याला उदंड आयुरारोग्य लाभो' अशी शुभेच्छा आपण प्रकट करीत असतो. पण खरं सांगू, 'दुसऱ्याला आपण जो आशीर्वाद देत असतो (देताना 'त्याला उदंड आयुरारोग्य लाभो' अशी शुभेच्छा आपण प्रकट करीत असतो,) त्यात आपल्यातल्या स्वत:विषयीच्या सर्व इच्छा-आशा-कामना-आकांक्षा-भावना प्रतिबिंबित झालेल्या असतात. महात्मा गांधी सव्वाशे वर्षे जगू इच्छित होते. त्यांच्या मुळाशी त्यांची मानवतेच्या सेवेची इच्छा होती, हे मी नाकबूल करीत नाही. पण त्या इच्छेच्या मुळाशी प्राणीमात्रामध्ये अत्यंत प्रबळ असलेली जीवनेच्छा होती, यात शंका नाही. आधुनिक मानसशास्त्रात जगण्याची इच्छा (Life Wish) आणि मृत्यूची इच्छा (Death Wish) या दोन्हीचाही एकाच वेळी उल्लेख येतो. पण मला वाटतं, मृत्यूची इच्छा बहुतेक माणसांच्या मनात अगदी क्षीण स्वरूपात असते.

माझ्या स्वभावाप्रमाणं मी आणखीही काहीबाही बोलत राहिलो असतो. पण त्या गृहस्थानी मला मधेच थांबवलं. ते म्हणाले, 'अलीकडे उगीचच माझ्या मनात मरणाविषयीचे विचार येऊ लागले आहेत. वाटतं, मृत्युनंतर पुढे काय असेल ? कोणते अनुभव येत असतील ?'

त्यांचे हे उद्‌गार ऐकून मला नवल वाटलं. गृहस्थ तसा धर्मभोळा, देवदेव करणारा, किंवा परलोकाची चिंता वाहात इहलोकीचं जीवन जगणारा नव्हता. साहित्यात व्यक्त होणाऱ्या नव्या गोष्टींबद्दल, बंडखोरीबद्दल, मूर्तिभंजनाबद्दल त्यांनी कधी आपली अप्रीती दर्शवली नव्हती. रसिकतेने सर्व प्रकारच्या पाश्चात्य साहित्याचासुद्धा आस्वाद घेतला होता. अशा मनुष्याच्या मनावर मृत्यूची काळी सावली काही कारणाने पडली तरी, मरणानंतर माणसाची काय स्थिती होत असेल या कल्पनेनं त्यानं इतकं गोंधळून का जावं ? हे मला कळेना.

भारतीय समाजाच्या ईश्वरविषयक किंवा स्वर्ग नरकासंबंधीच्या परंपरागत

कल्पनांवर गेली दीडशे वर्षं आघात होऊन सुशिक्षितांच्या बाबतीत तरी त्या छिन्नभिन्न झाल्या आहेत. आजची शिकलीसवरलेली माणसं, नाही म्हटलं तरी, मूल्यांच्या पोकळीत भ्रमत आहेत, ती आस्तिक राहू शकत नाहीत. नास्तिक बनू धजत नाहीत. काही कारणानं मृत्यूच्या कल्पनेनं मनात ठाण मांडल्यावर चांगली शिकली सवरलेली, लिखाई-पढाई करणारी आणि सुखवस्तूवेळी ब्रह्मज्ञान सांगणारी माणसं व्याकुळ होतात. भांबावून जातात. याचं कारण ही पोकळीच असेल काय ?

त्या गृहस्थाचं समाधान करण्याकरता मी म्हणालो, 'मरणाच्या पलीकडं काय आहे याचा विचार आपल्या पूर्वजांनी फार केला. त्याच्या अलीकडं काय आहे ? याच्याविषयी मात्र त्यांनी तेवढ्या जिव्हाळ्याने विचार केला नाही.'

साठ-सत्तर वर्षांपूर्वी घरात मृत्यू घडला म्हणजे मागे राहिलेल्या माणसांना गरुडपुराण श्रवण करावं लागे. त्यातले ते यमदूत, ती वैतरणी नदी, तो चित्रगुप्त, त्यानं ठेवलेला तो पापपुण्याचा काटेकोर हिशोब, त्या हिशोबाप्रमाणं मिळणारी नरकाची शिक्षा, उकळत्या लोखंडाच्या रसानं भरलेल्या नरकातल्या त्या कढया, पापी माणसांच्या आलिंगनासाठी सज्ज झालेले लाल लाल लोहस्तंभ इ. गोष्टींनी माझं बालपण अगदी व्यापून टाकलं होतं- निरुपयोगी वस्तूनी अडगळीची खोली भरावी तसं. पण त्या पुराणकल्पनातून मी हळूहळू मुक्त झालो. तुम्ही मला विचारलंत, 'तुम्हाला मरणाचं भय वाटतं की नाही ?' ते वाटतं हे खरं आहे. या बाबतीत माणसानं खोट्या बढाया मारू नयेत. पण ते भय वाटण्याचं कारण, मरणानंतर काय असेल, काय दिसेल हे नाही. सामान्यत: मृत्यू येतो तो कोणत्यातरी दुर्धर रोगाच्या मार्गानी. त्या रोगामुळे होणारे हाल आणि वेदना यांची कल्पना माणसाला भयभीत करून सोडीत असते. आपल्याला बंदीवान करणाऱ्याच्या हातावर तुरी देण्याकरिता समुद्रात निर्भयपणानं उडी टाकणारे आणि अंदमानच्या कोठडीतल्या नरकयातनाही आपल्या काव्यात्मतेने आणि चिंतनशीलतेने सारा अंधार उजळवून टाकणारे सावरकरसुद्धा एखादे वेळी सहज म्हणायचे, 'माणसाला मरण यावे ते हृद्रोगानं.' मृत्यूच्या ज्या काही वेदना असतील त्या या रोगात थोड्या अवधीत संपतात. त्यांच्यासारख्या धीर-वीर-पुरुषाला शरीर जराजर्जर होऊन विकल झालेलं आहे, अंथरुणाला खिळून पडलं आहे,

तेल संपलेल्या दिव्याप्रमाणं मंदमंद चैतन्याशिवाय जीवनाचा दुसरा कोणताही भाग शिल्लक राहिलेला नाही. असलं मरण तिरस्करणीय वाटावं हे स्वाभाविक होतं. त्या गृहस्थानी मला मधेच थांबवलं आणि ते मला म्हणाले, 'मरणानंतर आपलं काय होईल? या कल्पनेनं तुम्ही कधी अस्वस्थ होत नाही?'

मी उत्तरलो, 'मी फारसा या गोष्टीचा विचार करीत नाही. कोणत्याही प्रकारच्या परलोकातल्या जीवनावर माझी श्रद्धा नाही. मनुष्यानं विश्वरचनेतलं आपलं मोठेपण सिद्ध करण्याच्या हव्यासापायी स्वतःच्या कल्पनेला स्वैर सोडलं आणि मृत्यूनंतरच्या हजारो काल्पनिक गोष्टी रचल्या. पण एक गोष्ट सदैव लक्षात ठेवली पाहिजे - मनुष्य कितीही मोठा झाला, निसर्गाची अनेक रहस्यं त्याने आत्मसात केली तरी शेवटी तो या निसर्गाचाच एक भाग आहे. वेलीवर कळी दिसू लागते, ती हळूहळू उमलू लागते. चार-दोन दिवस ते फूल वायुलहरीबरोबर डोलतं, खिदळतं, सूर्याकडं हसऱ्या डोळ्यांनी पाहतं. आपला इवलासा सुगंध दाही दिशांना उधळण्याच्या प्रयत्न करतं. आणि मग एके दिवशी ते कोमेजतं, वेलीवरून ते गळून पडतं. मनुष्य पानाफुलापेक्षां निराळा आहे असं आपण का मानावं? तो एक प्रकारचा अहंकारच नाही का?

वृक्ष नाना प्रकारचे असतात. त्यातल्या प्रत्येक जातीचे आयुष्य भिन्न भिन्न असतं. पण वृक्ष कितीही विशाल असो तो आपल्या शाखांनी आकाशाला स्पर्श करण्याचा प्रयत्न करत असो, त्याच्या फळांचा रस अमृततुल्य असो, माणसाच्या उपयोगाकरिता तो तोडला तरी जातो किंवा सृष्टिक्रमानं तो वठून तरी जातो. जसं फुलांचं कोमेजणं, झाडांचं वठणं तसा माणसाचा मृत्यू. मरणाच्या पलीकडं काय आहे? याची फुलानी काळजी केली आहे का? वठण्याच्या पलीकडे काय आहे? याची एखाद्या वृक्षराजानं कधी चिंता केली आहे का?'

माझं हे व्याख्यानवजा बोलणं त्या गृहस्थानी निमुटपणे ऐकून घेतलं. काही वेळ ते स्तब्ध बसले. मग माझा निरोप घेऊन ते निघून गेले. पण त्यांच्या मुद्रेवरून माझ्या बोलण्यानं त्यांचं समाधान झालेलं नाही, हे मला जाणवलं.

फेऱ्या घालीत मी स्वतःशीच विचार करू लागलो. मरणाचं भय माणसाला का वाटतं? एक कारण मी माझ्या मित्राना सांगितलं होतं.

मरण म्हणजे व्याधिग्रस्तता, मरण म्हणजे शारीरिक वेदनानी होणारे हालाहाल. हे हाल माणसाला नको असतात. पण खरोखर एवढ्या एकाच कारणामुळं मनुष्य मृत्यूला भितो का?

मी स्वत:च्या आयुष्याचा विचार करू लागलो. सर्व सामान्य माणसाच्या मानानं मृत्यूच्या काळ्याकुट्ट सावलीत मी अधिक वावरलो आहे. दत्तक होऊन कोकणात गेलो. आणि सह्याद्रीच्या पायथ्याच्या खेडेगावातून पसरलेल्या भयानक हिवतापानं (Malignant Maleria) जेव्हा महिनेच्या महिने माझा पाठपुरावा केला तेव्हाची आठवण झाली की, माझं मन अजूनही थरकापतं. ताप चढला म्हणजे एकशे पाचवर जायचा. अंग तापलेल्या तव्यासारखं व्हायचं. कुणी हात लावला की, त्याला चटका बसायचा. अर्धवट गुंगीतच दिवस आणि रात्र जायची. केव्हा तरी तो ताप उतरायचा. तो पुन्हा चढणार नाही अशी वेडी आशा वाटायची. दिवसा-दोन दिवसानी, चार दिवसानी पुन्हा हुडहुडी भरायची. शरीर मरगळून जायचं. मन मलूल व्हायचं. त्या दुखण्यातून मी उठणार नाही असं अनेक वेळा मनात येऊन जाई. एक प्रकारची भयानक शून्यता मनाला ग्रासून टाके. आई आणि आपला धाकटा भाऊ यांच्यासाठी आपण काही करू शकलो नाही या कल्पनेनं मनाची तडफड व्हायची. प्रत्यक्ष मरणाच्या वेदना दु:खाच्या हालापेक्षा मोठ्या असतील या विचारानं मन गर्भगळीत व्हायचं. पण मरणानंतर आपलं काय होईल या कल्पनेनं नाही. माझ्या वाचनात आलेल्या 'अजविलाप', 'इन् मेमोरिअम' इ. काव्यांमुळं, मला जीवनाचा वास्तव दृष्टीनं विचार करायला शिकविणाऱ्या 'सुदाम्याच्या पोह्या'तल्या, चित्रगुप्ताच्या जमाखर्चासारख्या विनोदी निबंधामुळं आणि सर्व अंधश्रद्धांवरच्या मुळावर घाव घालणाऱ्या आगरकरांच्या प्रभावशाली लेखनामुळं तेहेतीस कोटी देव, परलोक, स्वर्ग, नरक इत्यदिकांवरला परंपरागत विश्वास माझ्या मनातून कधीच नाहीसा झाला होता. मृत्यूनंतर ऐहिक मानवी जीवनाची दुसरीकडे कुठे तरी पुनरावृत्ती होते. इथल्या पाप-पुण्यांना तिथे कुठेतरी पारितोषिके दिली जातात आणि शिक्षा फर्मावल्या जातात, ही कल्पनाच मला हास्यास्पद वाटू लागली होती.

सुगंध जसा हवेत मिसळून जातो. तसं व्यक्तीचं चैतन्य-जे जन्माबरोबर एक विशिष्ट शरीर धारण करून येतं- ते मृत्यू होताच विश्वाच्या चैतन्य-

सागरात विलीन होऊन जातं. मृत्यूनंतर यापेक्षा दुसरं काही घडत नाही, या कल्पनेनं त्या वयातही माझ्या मनात मूळ धरलं होतं.

त्या हिवतापाच्या तडाख्यातून मी कसाबसा बचावलो, जिवंत राहिलो. पण जे प्राणावर बेतलं होतं ते शेपटावर गेलं. अशा स्थितीतच त्यानंतरही अनेक आजार, अपघात यांच्यापुढं मान वाकवीतच तर मी आयुष्याची सत्तरी गाठली. फुरसं चावण्यासारखे जिवावरले प्रसंग आणि न्यूमोनिया, रक्तदाब, ब्राँकायटीस इत्यादिकामुळं प्रकृतीचा भरवसा न वाटण्याजोगे प्रसंग माझ्यावर अनेकदा येऊन गेले. माणसाला मृत्यू नानारूपांनी आपलं ओझरतं दर्शन वारंवार देत असतो. इतरापेक्षा हे दर्शन मला अधिक प्रमाणात घडलं असेल. चार हातावरून मृत्यूला पहाण्याऐवजी जवळ येऊन त्यानं आपला थंडगार हात माझ्या कपाळावर ठेवला आहे, असा भास मला अधिक वेळा झाला असेल. पण अशा मन:स्थितीतही मला राहून राहून एका गोष्टीचं नवल वाटत आलं आहे. ती म्हणजे मरणानं भरलेल्या या जगात केवळ माणसाची नव्हे तर, जीवमात्राची जगण्याची प्रबळ इच्छा ! उन्हाळ्यात झाडसुद्धा आपल्या पाळामुळांनी जमिनीतला ओलावा शोधीत राहतात. माणसाचंही तसंच आहे. त्याला मृत्यूचं भय वाटतं ते मरण अटळ आहे हे त्याला कळत नाही म्हणून नव्हे, तर त्याच्या शरीराचा अणुरेणू, जाणिवेचा कणन् कण जगण्याच्या दुर्दम्य इच्छेनं व्यापलेला असतो म्हणून.

विज्ञानानं अनेक नवे नवे शोध लावून पूर्वी दु:साध्य वाटणाऱ्या रोगावर मात केली आहे. जगात सर्वत्र माणसाची आयुर्मर्यादा जगात झपाट्यानं वाढत आहे. सत्तरी उलटलेले वृद्ध ही पूर्वकाळी फार दुर्मिळ गोष्ट होती. माझ्या लहानपणी प्लेग, पटकी, विषमज्वर हे सारे रोग यमदूतच वाटायचे. चांगली धडधाकट तरुण मंडळी या रोगानं अगदी अकाली मृत्युमुखी पडायची. एकोणिसाव्या शतकाच्या शेवटच्या दशकात आपले सुशिक्षित विद्वान अल्पायुषी का होतात? या संबंधानं कडाक्याची चर्चा व्हावी आणि न्या. रानड्यांसारख्या प्रज्ञावंतानीही या प्रश्नाचा गंभीरपणानं विचार करावा, अशी स्थिती होती. ती आता पार पालटली आहे. हत्तीनं मोकाट सुटून साऱ्या नगरात धुमाकूळ घालावा, वाटेत येतील ती माणसं पायाखाली तुडवावीत, तसं १९२०-२५ पर्यंत आपल्या देशात मृत्यूचं थैमान चालत असे. त्या मृत्यूला आता अनेक

साखळदंडानी बांधून ठेवण्यात पाश्चात्य संशोधन-तपस्व्यांनी यश मिळविले आहे. माणसाच्या हृदयाचं कलम करण्यापर्यंत विज्ञानाचा आवाका वाढला आहे.

साहजिकच माणसं अधिक काळ जगू लागली आहेत. लोकसंख्या एका बाजूनं नव्या जन्माला येणाऱ्या बालकांनी आणि दुसऱ्या बाजूला जगात रेंगाळत राहणाऱ्या वृद्धांनी प्रमाणाबाहेर वाढत चालली आहे. झपाट्यानं वाढणाऱ्या या लोकसंख्येला उद्या जगातलं अन्न, हवा, पाणी जागा वगैरे आवश्यक गोष्टी दुर्मिळ होत जातील अशी चिंता मोठमोठे तज्ज्ञ व्यक्त करीत आहेत. गमतीनं का होईना. सत्तरीपुढच्या माणसांना - त्यांना कोणत्याही प्रकारच्या वेदना न होतील अशी काळजी घेऊन - जीवन्मुक्त करावे अशा कल्पनांचा उच्चार केला जातोय. उद्या खरोखरच ही कल्पना अमलात आणायचं एखाद्या शासनानं ठरवलं तर, कितीसे सत्तरी उलटलेले वृद्ध आपणहून आनंदाने जगाचा निरोप घ्यायला तयार होतील? लोकशाही, समाजवाद, समता, स्वातंत्र्य, बंधुता यांच्या रात्रंदिवस घोषणा करूनही, जिथं अफाट मालमत्तेच्या हक्कासंबंधानं कायदेशीर संरक्षणाचा पाठपुरावा केला जातो, तिथं सामाजिक स्वास्थ्यासाठी आवश्यक म्हणून आपल्या आयुष्याला पूर्णविराम द्यायला कितीशा व्यक्ती सिद्ध होतील?

शेवटी हौदातल्या पाण्यात बुडणाऱ्या आपल्या पिलाला वाचवू पाहणाऱ्या वानरीची ती गोष्टच खरी आहे. पाणी गळ्याला लागेपर्यंत पिलाला ती आपल्या डोक्यावर घेते. पण आपल्या नाकातोंडात पाणी जाऊ लागताच त्या पिलाला खाली घालून, त्याच्यावर उभं राहून ती आपला जीव वाचविण्याचा प्रयत्न करते. जगणं, जगण्याची सतत धडपड करणं, बऱ्या-वाईट, सूक्त-असूक्त मार्गानी मृत्यू टाळणं, ही जीवमात्राची मूलभूत प्रवृत्ती आहे. माणसाचाही तो प्रकृतिधर्म आहे. मनुष्य कितीही सुधारला, वानराशी त्याचं जे काही मूळचं नातं असेल ते आता शतकाशतकांच्या संस्कृतीनं खंडित होत आलं असलं तरी, जीवनाच्या मूलभूत प्रेरणेचा हा धागा मोठा चिवट आहे. तो तोडू म्हटल्या तुटत नाही. रणांगणावर देशाकरिता प्राणार्पण करणारे वीरपुरुष, मानव-सेवेकरता स्वत:ला होमवून घेण्याचं सामर्थ्य असलेले समाज-सेवक, नव्या संशोधनासाठी एखादी विषारी लस अंगात टोचून घ्यावी

लागली तरी, ती आनंदानं टोचून घेणारे संशोधक आणि अशा उदात्त मनोवृत्तीचे अनेक लोक प्रसंगी प्राणांची कुर्वंडी करू शकतात. परंतु ते एका विशिष्ट धुंदीतच घडू शकते. जिथं माणूस आपल्याला विसरू शकतो तिथंच तो शरीराच्या मर्यादा ओलांडू शकतो, देहाची आसक्ती सोडू शकतो. पण हे शरीर-विस्मृतीचे क्षण सामान्य मनुष्याच्या आयुष्यात अगदी क्वचित् येतात. कवी हा जसा चोवीस तास कवी राहू शकत नाही, त्याप्रमाणे मोठी मोठी माणसंसुद्धा या निरासक्त पातळीवर सतत जगू शकत नाहीत. जिथं भल्याभल्याची ही कथा तिथं सामान्य मनुष्याला नेहमी मृत्यूचं भय वाटत आलं तर त्यात नवल कसलं !

मला भेटायला आलेल्या गृहस्थांना 'मला मरणाचं भय वाटतं असं जे मी सांगितलं' तेच अगदी बरोबर होतं. कुणीही आपल्या मनाच्या तळाशी जाऊन पाहिलं तरी त्याला तिथं हे गूढ अनामिक भय लपून बसलेलं आढळेल. ते नाकारण्यात अर्थ नाही. कामवासना, लोभ-प्रवृत्ती इ. मनोविकाराप्रमाणं अज्ञानातून प्रगट होणाऱ्या मृत्यूच्या भीतीसंबंधी आपण बरेचसे दांभिक राहिलो आहो, असं मला वाटतं 'एक दिन जाना रे भाई', 'मरे एक त्याचा दुजा शोक वाहे - अकस्मात तोही पुढे जात आहे' 'मरणं प्रकृतिः शरीराणाम्' वगैरे वचन आपल्याला तोंडपाठ असतात. पण हे सारं तत्त्वज्ञान वरवरचं असतं. मूळच्या जीवप्रवृत्तीचं ते उदात्तीकरण करू शकत नाही.

मानवी जीवनाचं प्रतीक वाटावं असं एक चित्र माझ्या डोळ्यासमोर नेहमी उभं राहतं. शिकारी कुत्र्याप्रमाणं मृत्यू पाठलाग करीत आहे. आणि जीवाच्या आकांताने हरीण चौखूर उड्या मारीत जंगलात धावत आहे. या शिकारी कुत्र्याच्या तडाख्यात मी अनेक वेळा सापडलो. त्याच्या लवलवणाऱ्या जिभेनं माझ्या शरीराला स्पर्श केल्याचा भास मला अनेकदा झाला. पण प्रत्येक वेळी दुबळं हरीण त्याच्या तडाख्यातून कसंबसं बचावलं. कसं? का? हे मला सांगता येत नाही. विशीपासूनच्या माझ्या दुबळ्या प्रकृतीमुळं सत्तरी उलटण्याइतकं आयुष्य मला मिळेल असं मला स्वप्नातसुद्धा वाटलं नव्हतं. ते मिळालं यात दैवयोगाचाच भाग अधिक आहे. स्वतःची तोळामासा प्रकृती सांभाळण्याचा मी प्रयत्न करीत आलो. ज्या तरुण वयात, कड्यावरून कोसळणाऱ्या नदीच्या प्रवाहाप्रमाणं माणूस आहारविहारादि गोष्टीत मुक्तपणानं वागतो. त्या

वयातही मी अनेक पथ्यं, पाळली. पाळली म्हणजे मला पाळावीच
लागली. 'शरीरमाद्यं खलु धर्मसाधनम्' हे कालिदासाचं वचन कानी
पडलं होतं. थोडंफार पटलंही होतं. मात्र शरीर कमाविण्याकडं लहानपणी
मी कधीच लक्ष दिलं नाही - देऊ शकलो नाही. थोडी तालीम केली.
थोडं क्रिकेट खेळलो. पण हे सारं तुकड्या तुकड्यांनी झालं. विशी
उलटण्याच्या आत कोकणातल्या अंथरुणाला खिळवून टाकणाऱ्या
मलेरियाच्या तडाख्यात सापडलो. आणि पुढे सतत जीव बचावण्याचा
पवित्रा मला घ्यावा लागला. माझ्या शरीर शक्तीच्या मर्यादा मी चटकन्
ओळखल्या. आणि स्वत:ला सांभाळण्याची धडपड केली. या साऱ्याच्या
मुळाशी जगण्याची प्रबळ इच्छा होती हे उघड आहे. नुसतं कसं तरी
जगण्याची नव्हे, आपलं मन ज्यात रमेल आणि ज्याचा जगाला काही
उपयोग होईल असं काही तरी करीत जगण्याची. मात्र पर्वताच्या
सुटलेल्या कड्याच्या टोकाशी आपण उभे आहोत, कुठल्याही लहान
धक्क्यानं, किंबहुना वाऱ्याच्या प्रबळ झोतानं सुद्धा खोल भयाण दरीत
आपण फेकले जाऊ ही भीती सतत मला नियंत्रित करीत राहिली.

संस्कृतमध्ये एक सुभाषित आहे; मानवी जीवनासंबंधीचं. जीवन हे
ज्याच्या उशाशी विषारी नाग वेटोळे घालून बसलेला आहे अशा
झोपलेल्या माणसासारखं आहे असा त्या सुभाषिताचा आशय आहे.
सुभाषितं नेहमी अर्धसत्य सांगतात हे खरं आहे. पण या सुभाषितातलं
सत्य अर्धमुर्ध असलं तरी आयुष्यात अनेकदा अनुभवाला येतं. केवळ
वार्धक्यामुळं किंवा अकाली शरीर व्याधीग्रस्त होऊन येणारं मरण हे तर
आपल्या नित्याच्या परिचयाचं असतं. पण या जगात मृत्यू वावरतो तो
काही केवळ विविध व्याधींच्या रूपानं नाही. अपघाताच्या रूपानंही तो
केव्हा आणि कुणाला गाठील याचा नेम नसतो. असे अपघातही माझ्या
आयुष्यात अनेकदा घडले. त्या प्रत्येक वेळी मृत्यूचं दर्शन इच्छा
नसूनही फार जवळून घडलं. नवचित्रकार मृत्यूचं चित्र कसं काढील हे
मला सांगता येणार नाही. पण अपघाताच्या किंवा आजाराच्या वेळी
क्षणभर का होईना आपण या मृत्यूच्या जवळ जातो. त्याच्या कृष्णछायेत
थरकापत उभे असतो. (मृत्यूचं स्वरूप म्हणजे-जिच्यात एकही चांदणी
चमकत नाही अशा काळ्याकुट्ट काळोखानं भरलेली एक अनंत पोकळी.)
एवढंच मला प्रतीत झालं आहे. शून्य मोठं मोठं होत गेलं, त्याचं

मस्तक आभाळ भेदून वर गेलं. आणि पाय पाताळाच्या तळापर्यंत पोचले तर ते कसं दिसेल? त्या शून्याच्या कालिया डोहात आपल्याला कुणी ढकलून दिलं तर जी मन:स्थिती होईल तीच मृत्यूच्या ओझरत्या दर्शनाच्या क्षणी माणसाच्या अनुभवाला येते.

या शून्याची जाणीव बुद्धि बधीर करते. मन मरगळवून सोडते. हृदयाचा थरकाप उडवते. अशा क्षणी आहोत आणिं नाहीत याच्या काटेरी सीमारेषेवर आपण उभे असतो.

पण हा अनुभव अगदी क्षणिक असतो. माणसाची जीवनेच्छा हरळीसारखी चिवट असते. वरून तुम्ही तिला कितीही खुडा, कापा, निर्मळ केली असं माना - ती आत जिवंत असते. संधी मिळताच ती पुन्हा डोकं वर काढते. 'देवा, सोडीव रे यातून!' असं रुग्णशय्येला खिळलेली माणसं तोंडानं म्हणत असतात. पण मूर्तिमंत मृत्यू त्यांच्यासमोर येऊन उभा राहिला तर ती त्याला काही ना काही सबब सांगून त्याच्याशी पुढचा वायदा केल्याशिवाय रहाणार नाहीत. तुकारामानं मोठ्या मार्मिकतेनं वर्णन केलेली सासू पंढरपूरला जायला निघते. सुनेला हे असं कर आणिं ते तसं कर असे बजावते. पण काही केल्या तिचा पाय घरातून निघत नाही. शेवटी सुनेच्या हातून घराचं गाडं नीट चालणार नाही, अशी स्वत:ची सोयीस्कर समजूत करून घेऊन, ती तीर्थयात्रेचा आपला बेत रद्द करते. ती सासू हेच माणसाच्या जीवनेच्छेचं प्रतीक आहे.

माणसाला मरणाचं भय वाटतं ते त्याच्या अंतरीच्या या अत्यंत प्रबळ अशा जीवनेच्छेमुळे. नानाविध आधिव्याधीना तोंड देत तो जगतो. दु:खाचे पर्वत ओलांडतो प्रियजनांचे चिरवियोग साहतो. याला कारण एकच आहे. ही प्रबळ जीवनेच्छा. विस्कटलेल्या किंवा उध्वस्त झालेल्या मन:स्थितीत एखादी व्यक्ति आत्महत्त्या करते. पण आत्महत्त्या ही मूलभूत जीवनेच्छेशी अत्यंत विसंगत अशी गोष्ट आहे. आत्महत्त्या करायला गेलेल्या मनुष्याला त्या क्षणी कुणी अडवलं तर त्याला तो शिव्याशाप देईल. पण पुन्हा आत्महत्त्या करण्याचा प्रयत्न बहुधा तो करणार नाही. दु:ख, भीती, दैन्य, व्याधी, दारिद्र्य, निष्प्रेमता इत्यादींचे खवळलेले समुद्र भोवताली पसरलेले असले तरी फुटलेल्या जहाजातला मनुष्य समुद्रात फेकला जावा आणि त्या जहाजाच्या फळीच्या एखाद्या

आधारानं तो तरंगत रहावा तसे आपण या जगात राहतो. जगाच्या दृष्टीनं अशा व्यक्तीची किंमत शून्य असेल. खुद्द त्यालाही केव्हातरी आपलं जिणं भारभूत वाटत असेल पण तो जगण्याची धडपड करीत राहतो. त्याच्यासाठी आटापिटा करीत सुटतो.

याचं मुख्य कारण एकच आहे. आत्मप्रीती घेऊनच मनुष्य जन्माला येतो. त्याची अहंता या प्रीतीतूनच पुढे जन्म घेते. त्याची जीवनेच्छा या अहंतेमुळेच टवटवीत राहू शकते. कळू लागल्यापासून त्यानं जे उघड्या डोळ्यांनी पाहिलेलं असतं त्याच्यावर त्याचं खरं प्रेम असतं. या जगातल्या जीवनापेक्षा तो निराळ्या जगाची कल्पना करू शकत नाही. धर्मग्रंथ, तत्त्वज्ञान, आध्यात्मिक उपदेश करणारे साधुसंत या ऐहिक जीवनाच्या पलीकडल्या गोष्टीविषयी जे काही सांगत असतात ते तो मुकाट्यानं मान्य करीत असतो. कारण या विषयात त्याची काहीच गती नसते. आणि भीतीच्या पोटी तो रूढ धर्माचार आणि सामाजिक नियम-निर्बंध पाळीत असतो. पण खरोखर मृत्यूच्या पलीकडे काय आहे ? याविषयी त्याच्या मनाच्या एका कोपऱ्यात एक प्रकारचा अविश्वास सतत वास करीत असतो.

पूर्वकाळी ऐहिक जीवनाचं नियंत्रण पारलौकिक कल्पनांनी केलं. पण भीती मनुष्याला नियंत्रित करू शकत असली तरी ती त्याला सुधारू शकत नाही. त्यामुळं गुहेत राहणाऱ्या आदिमानवापासून अत्याधुनिक शिल्पकारानं कल्पिलेल्या आणि नवनव्या सौंदर्यांनी सजविलेल्या प्रासादात राहाणाऱ्या विसाव्या शतकातल्या मानवापर्यंत आपला सांस्कृतिक प्रवास झाला असला तरी, माणूस आतून फारसा बदलेला नाही. 'माणसाच्या मनावरची संस्कृतीची पुटं थोडीशी खरवडून काढा म्हणजे आत तुम्हाला लपून बसलेला पशूच मिळेल,' असं रसेलनं म्हटलं आहे ते याच दृष्टीनं.

ऐहिक जीवन हेच माणसाचे खरे जीवन. आणि ऐहिक नीतीनियमानीच ते जगण्याकरता धडपडतो ते याच ऐहिकाच्या प्रेमामुळं. नाद, रस, रूप, रंग आणि गंध यांच्या कल्लोळानी भरलेल्या या जीवनगंगेत अखंड डुंबत राहावंसं त्याला वाटतं. कारण त्याच्या लेखी याच गोष्टी खऱ्या असतात. उन्हाळ्यात सूर्य उगवतो, तेव्हा एखाद्या गुलाबाच्या उमलू लागलेल्या तांबड्यालाल गुलाबकळीसारखं सूर्यबिंब दिसतं. हां हां

म्हणता ती गुलाबकळी नाहीशी होते. सोनचाफ्याच्या सुरेख, सौम्य, पिवळसर स्वरूपात ती प्रगट होते. काही क्षणांनी पहावं तो या सोनचाफ्याचा मोगरा झालेला दिसतो. या दृश्याची मोहिनी अवीट आहे. त्याचा आनंद चिरंतन आहे. तो या ऐहिक जगाशीच संबंधित आहे. मृत्यूनंतर हे असं काही भव्य, सुंदर पाह्यला मिळेल याची खात्री कोण देणार ?

धरती (दिवाळी, १९७०) ⊙ ⊙

♦

विज्ञान देवो भव !

♦

आमचा अभिजित आहे सारा सव्वा वर्षाचा. बराचसा अवखळ. त्याला सारखी काहीना काही धडपड केल्यावाचून चैन पडत नाही. तो स्वयंपाकघरात जाऊन लुडबुड करू लागला म्हणजे मी त्याला उचलून घेतो. खिडकीपाशी येऊन अंगणातल्या फुलझाडावरली फुलं दाखवतो. पण त्याचं मन त्यात रमत नाही. फारसं बोलता येत नसल्यामुळे खाणाखुणांनी तो मला दिव्याची बटनं जिथं असतील तिथं नेतो. स्वत: बटन दाबतो, दिवा लागला म्हणजे चकित व आनंदित दृष्टीनं तो त्याच्याकडं पाहात राहतो. पुन्हा बटन दाबतो. दिवा विझूनही गेला म्हणजे पुन्हा आश्चर्यमिश्रित आनंद त्याच्या चेहऱ्यावर उमटतो. पूर्वी कधी कुणी भरदिवसा अत्तराचे दिवे लावले असतील ! पण आज-काल विजेचे दिवे दिवसा लावून तर चालणार नाहीच. पण रात्रीसुद्धा ते बेताबेतानंच लावले पाहिजेत. हे त्या बालजीवाला कसं समजणार ? विजेच्या दिव्यांची उघडझाप हा त्याच्या दृष्टीने एक मजेदार खेळ आहे. जणू ते दिवे त्याच्याशी लपंडाव खेळत असतात !

या बाललीलेत मी रमून जातो, नाही असं नाही. पण लगेच माझ्या मनात येतं, जवळजवळ आपला सारा समाज म्हणजे शेकडा नव्वद टक्के माणसं विज्ञानाच्या बाबतीत या बालकासारखीच वागत नाहीत का? ती रेडिओ लावतात, आकाशवाणीवरलं चित्रपट संगीताचं बरं वाईट दळण घरोघर तासन् तास सुरू असते. पण पदवीधर झालेल्या

स्त्री-पुरुषांना रेडिओची रचना, आकाशलहरींच्या मागचं शास्त्रीय तत्त्व अशा गोष्टींविषयी कुणी तज्ज्ञानं प्रश्न विचारले तर त्यांची उत्तरं देता येतील का ? आकाशवाणी कोणत्याही प्रकारचा अगम्य असा चमत्कार नाही; मानवी बुद्धीनं असीम जिज्ञासेच्या आणि ती तृप्त व्हावी म्हणून केलेल्या तपस्येच्या बळावर साधलेली ही किमया आहे, हे खेडवळ मनुष्याला त्यांना समजावून सांगता येईल का ? शतकापूर्वीचा बैलगाडीचा प्रवास या पिढीच्या लेखी इतिहासजमा होऊन गेला आहे. खिशात काळ्या-गोऱ्या बाजारातले पैसे खुळखुळत असले की, माणसं विमानानं प्रवास करतात. पूर्वीच्या थोड्याशा रासवट भाषेत एखाद्याविषयी बेफिकीरी दर्शवायची असली म्हणजे 'तो गेला उडत !' असा शब्दप्रयोग केला जाई. पण आता 'तो उडत गेला' या शब्दप्रयोगाला फार मोठा आदरदर्शक अर्थ आला आहे. कारण विमानानं प्रवास करणं हे पुष्कळ अंशी श्रीमंतीचं, प्रतिष्ठेचं आणि मोठेपणाचं एक गमक होऊन बसलं आहे. मात्र असा प्रवास करणाऱ्या या मंडळीपैकी कितीशा व्यक्ती या शोधाच्या पाठीमागं असलेल्या, पाश्चात्य तपश्चर्येशी परिचित आहेत ?

एके काळी भारतीय बुद्धीनं गणित, ज्योतिष, रसायन इ. शास्त्रात आपला प्रभाव प्रगट केला होता. पण मध्यंतरीच्या अंधारयुगात विज्ञानाविषयीची आपली आवड नाहीशी झाली. आम्ही सर्व भौतिकशास्त्राकडं पाठ फिरवली. शास्त्र म्हणजे धर्मशास्त्र आणि धर्मशास्त्र म्हणजे कार्यकारण भावाचा संबंध नसलेल्या अगणित रूढी अशा उथळ कल्पनांनी सामाजिक मनाचा पूर्णपणे कब्जा घेतला. दैववाद, धर्मभोळेपणा, कर्म सिद्धांत, इहलोकातल्या वास्तव जीवाविषयी उदासीनता आणि परलोकातल्या कल्पित जीवनाविषयी उत्साहपूर्णता अशा कात्रीत हे सामाजिक मन सापडले- त्याच्या चिंधड्या चिंधड्या होऊन गेल्या. इंग्रजी अंमल या देशात रूढ होईपर्यंत विज्ञानाच्या क्षेत्रात पाश्चात्य देशांनी किती मोठी प्रगती केली आहे याची दादच आपल्यातल्या बुद्धिवंतांना लागली नाही ! विज्ञानाचा सूर्य जगात केव्हाच उगवला होता. पण आम्ही डोळे मिटून, तोंडावर पांघरुण घेऊन कुंभकर्णी झोपेत घोरत पडलो होतो.

इंग्रजी अंमल सुरू झाल्यावर आम्ही डोळे चोळीत चोळीत उठलो. या नव्या सूर्याचे तेज पाहून आमची दृष्टी दिपली. हळूहळू इंग्रजी पद्धतीचं नवं शिक्षण रूढ झालं. पण नव्या विज्ञानाचा परिचय आम्हाला

मुंगीच्या पावलांनी होत राहिला. शाळा-कॉलेजातला बराचसा अभ्यासक्रम मानव्यविद्यांशी (ह्युमॅनिटीज) निगडित असा राहिला. इंग्रजी राज्ययंत्राला आवश्यक अशी कारकुनापासून कलेक्टरापर्यंत आणि श्रीगणेशा शिकविणाऱ्या शिक्षकापासून फर्ड इंग्रजी बोलणाऱ्या प्राध्यापकापर्यंत नानाप्रकारची माणसं तयार झाली. पण या शिक्षणक्रमात विज्ञान मात्र उपेक्षितच राहिलं. जगदीशचंद्र बोस आणि चंद्रशेखर रमण यांच्यासारख्या तुरळक वैज्ञानिकांविषयी वाटणारा अभिमान आपण मनात फुलवीत राहिलो, पण तो नावापुरताच ! सर्वसामान्य माणसापर्यंत प्राथमिक शिक्षणसुद्धा पोचलं नसल्यामुळं या विद्यावेत्त्याचं कार्य त्यांच्या प्रयोगशाळा आणि मूठभर तज्ज्ञ यांच्यापुरतंच मर्यादित राहिलं.

ऐहिक मानवी जीवन ज्या ज्या गोष्टींनी समृद्ध व सुसंस्कृत होते त्या त्या गोष्टी त्याच्या दृष्टीत अमृतासारख्या असतात. ज्या ज्या गोष्टी हे जीवन खुरटवून टाकतात, त्याच्या विकासाला अडथळा आणतात त्या त्या त्याच्या लेखी विषवत् असतात. आपली मधली शतकानुशतकांची विज्ञानविन्मुखता हा शेवटी प्रचंड असा विषवृक्ष ठरला ! विसाव्या शतकात भारतानं प्रवेश केल्यावरसुद्धा त्याच्या विज्ञानविन्मुखतेची मोहनिद्रा फारशी ओसरली नाही. आणि देशाची जी आर्थिक दु:स्थिती आहे तिला कारणीभूत असलेल्या अनेक गोष्टींपैकी दोन प्रमुख गोष्टींचा उल्लेख इथं केला तरी पुरे आहे. पहिली गोष्ट लोकसंख्येची भरमसाठ वाढ; आणि दुसरी, शेतीला अत्यंत अपुरा पडणारा पाणी-पुरवठा. या दोन्ही बाबतीत विसाव्या शतकाची विशी-पंचविशी तरी आपण द्रष्टेपणानं भविष्यकाळाकडं पाहू शकलो नाही. अर्धशतकापूर्वी समाजानं ज्या गोष्टी डोळसपणानं स्वीकारायला हव्या होत्या, त्यांचा अंगिकार न केल्यामुळं आज या दोन्ही बाबतीतल्या समस्यांनी उग्र स्वरूप धारण केलं असून त्या स्वातंत्र्योत्तर काळातील आपली भौतिक प्रगती फस्त करून टाकीत आहेत !

१९२५ नंतर प्रा. र. धों. कर्वे या बंडखोर वृत्तीच्या बुद्धिवाद्यानं संतति-नियमनाच्या प्रश्नाकडं लोकांचं लक्ष खेचून घेण्याचा कसोशीनं प्रयत्न केला. पण या बाबतीतलं समाजाचं अज्ञान पराकोटीचं; पूर्वग्रह विचित्र आणि बलवत्तर ! देवाच्या कृपेनं मुलं होतात,ती किती व्हायची हे आधीच आभाळाच्या पलीकडं असलेल्या त्याच्या कार्यालयात ठरून गेलेलं असतं, अशा नानाविध कोळिष्टकांनी सर्व सामाजिक स्तर

बुजबुजलेले. बहुतेक मंडळी बुद्धीच्या दारं-खिडक्या लावून बसलेली. कर्वे काहीतरी अभद्र, अश्लील, अमंगल असं सांगत आहेत असा जिथं शिकल्या-सवरलेल्यांचा समज होता, तिथं लिहिता-वाचता न येणाऱ्या आणि पिढ्यान् पिढ्या खेड्यापाड्यातलं प्रवाहपतित जीवन जगणाऱ्या अडाणी लोकांचे पूर्वग्रह किती दृढमूल झालेले असतील याची कल्पनाच केलेली बरी !

मला आजही एक गोष्ट आठवते. मी कर्व्यांच्या 'समाजस्वास्थ्य' मासिकाचा जवळ जवळ पहिल्यापासून वर्गणीदार होतो. या मासिकामुळं मार्क्सप्रमाणं माल्थसही काय म्हणतो हे लक्षात घेतल्याशिवाय यापुढं आपल्या देशाचा निभाव लागणार नाही हे माझ्यासारख्याला उमजू लागलं होतं. पण या मासिकाविषयी कुतूहल असलेल्या आणि आपल्या व्यवसायात निष्णात म्हणून गाजलेल्या परगावच्या एका डॉक्टरांना ते आपल्या नावानं सुरू करण्याचा धीर होत नव्हता. त्यांच्या-माझ्या भेटीत मी हे मासिक घेतो हे कळल्यानंतर त्यांनी मला त्यांचे जुने अंक पाठविण्याविषयी सांगितले. तेही वर जाड वेष्टन घालून चारी बाजूंनी बंद अशा पार्सलातून. कर्व्यांसारख्या द्रष्ट्या आणि बुद्धिप्रामाण्यवादी पुरुषाची आमच्या बुरसटलेल्या सामाजिक मनानं घोर उपेक्षा केली. त्याची कटू फळं आपण आज चाखीत आहोत.

स्वातंत्र्यानंतरच्या काळात प्रारंभी कुटुंबनियोजनाविषयी शासन पूर्णपणे उदासीन होते. पुढं हा कार्यक्रम स्वीकारला गेला. त्याच्यावर कोट्यवधी रुपये खर्च झाले, होत आहेत आणि होणार आहेत. पण अगदी अलीकडची शिरगणती लक्षात घेऊन आणि भारतातले सध्याचे जननाचे व मृत्यूंचे प्रमाण पाहून, हे शतक संपताना देशाची लोकसंख्या शंभर कोटी होणार असं भविष्य तज्ज्ञ वर्तवीत आहेत ! धावत्या काळाबरोबर दौडत जाण्याचं आणि सत्याच्या डोळ्याला डोळा भिडवून नव्या समस्या सोडविण्याचं बाळकडूच आपल्याला मिळालेलं नाही.

कुटुंबनियोजनाइतकीच दुसरी राष्ट्रीय महत्त्वाची गोष्ट म्हणजे शेतीच्या दृष्टीनं आपला अत्यंत अपुरा असलेला पाणीपुरवठा. अनेक लोकमातांचं वरदान या देशाला लाभलं असूनही दीर्घकाळ इथल्या जमिनी तहानेल्या आणि शेतकरी भुकेला राहिला. १९२०-२५ साली पावसाच्या लहरींवर आपण पूर्णपणे अवलंबून होतो. अजूनही या बाबतीत आपण फारसे

स्वावलंबी झालेलो नाही. पण पन्नास वर्षापूर्वी मुळशी धरण बांधण्याची योजना टाटांनी जेव्हा हाती घेतली तेव्हा ज्यांची जमीन त्या धरणाखाली जाणार होती, अशा शेतकऱ्यांच्या कळवळ्यानं आमच्यातल्या अनेक कडव्या देशभक्तांनी त्या धरणाला विरोध केला. साहजिकच अशी धरणं बांधण्याची स्वप्नं ज्यांच्या डोळ्यापुढं तरळत होती त्यांनी आपलं पाऊल मागे घेतलं. पण स्वातंत्र्य मिळाल्यानंतर आपल्याला अशी धरणे बांधण्याच्या योजना हाती घ्याव्याच लागल्या ! अशा धरणांमुळे निर्वासित झालेल्या शेतकऱ्यांचे प्रश्नही उपस्थित झाले. पण भविष्यकाळाच्या आणि व्यापक सामाजिक हिताच्या दृष्टीने आपल्यातले भलेभले देशभक्तही अर्धशतकापूर्वी विचार करू शकत नव्हते, हे या घटनेवरून उघड होते. कुठं भावनात्मक राजकारण, कुठं वेडगळ धार्मिक समजुती, तर कुठं दुबळ्या सामाजिक मनाची स्थितिशीलता असं काही ना काही आपल्या वैचारिक आणि वैज्ञानिक प्रगतीला सतत आडवं येत गेलं. आपल्या समाजानं एक दिलानं आधुनिक युगात प्रवेश केला आहे, असं अजूनही नि:संदिग्धपणे म्हणता येणार नाही.

या विज्ञानविन्मुखतेची जाणीव अनेक सुशिक्षितांना तीव्रपणे झाली असली आणि खेड्यापाड्यापर्यंत ट्रॅक्टर, खते वगैरेच्या रूपानं विज्ञान हातपाय पसरीत असले तरी सामान्य भारतीयाचं मन आजही विज्ञानोन्मुख झालेलं नाही. त्याचं एक मुख्य कारण एकच आहे-ते अद्यापही अंधारयुगातल्या अनेक निराधार रूढींशी, परंपरांशी आणि धार्मिक कल्पनांशी बांधलं गेलं आहे. घरातलं बाळ एखाद दिवशी संध्याकाळी किरकिरू लागलं की, शिकल्यासवरल्या आईलासुद्धा पहिली आठवण होते ती त्याची दृष्ट काढण्याची. कानांना गोड वाटणारं आणि मनाला आवडणारं नाव मुलाला ठेवायचं असलं तरी आमच्यातल्या शहाण्यासुरत्या इंजिनियरला ज्योतिषाचा सल्ला घेतल्याशिवाय ते ठेवण्याची छाती होत नाही ! हो, मुलाला नाव लाभेल न लाभेल ! कुणी सांगावं ? तो अधिकार कागदावरल्या कुंडलीतल्या गुरु-शुक्रांचा आणि चंद्रमंगळाचा ! चंद्रावर पाश्चात्य माणूस उतरला. तिथं वसाहत करण्याच्या गोष्टी बोलू लागला, शुक्र-मंगळावर जाण्याची जिद्द बाळगू लागला तरी आम्ही अजून मुलामुलींच्या पत्रिकात मंगळ शोधीतच बसलो आहो ! मग या मंगळाच्या पायी अत्यंत अनुरूप अशा जोडप्याचं लग्न मोडलं तरी

बेहेत्तर ! आपलं सामाजिक मन अजून कोणत्या प्रकारच्या काळोखात वावरत आहे याची दैनंदिन जीवनातली अनेक उदाहरणं सांगता येतील. त्या सर्वांचा अर्थ एकच आहे. आपली मनं अजून फार जुन्या भूतकाळात गुरफटली आहेत. त्या काळातल्या समाजाच्या मानगुटीवर बसलेली भुतं अजून आपला पिच्छा सोडीत नाहीत. सर्व बाह्य व्यवहारांच्या दृष्टीनं आम्ही एकविसाव्या शतकाचं स्वागत करण्याची तयारी दर्शवीत असलो तरी धार्मिक कल्पना, सामाजिक भावना आणि वैचारिक पातळी या बाबतीत आपण कोणत्या शतकात रेंगाळत आहोत याचं संशोधनच करावं लागेल.

विज्ञानविन्मुखता हा एकलकोंडा रोग नाही. शारीरिक रोगाप्रमाणंच सामाजिक मनाच्या आधी-व्याधीचं स्वरूपही संमिश्र असतं. अंधश्रद्धा आणि विज्ञान प्रेम या एकत्र नांदणाऱ्या गोष्टी नव्हेत. पिढ्यान् पिढ्या आपल्यात रूढ झालेल्या आणि कोणत्याही प्रकारचा शास्त्रीय आधार नसलेल्या भोळसट, खुळचट समजुती, गेल्या दीडशे वर्षातले समाजसुधारक आणि स्वातंत्र्यानंतर शासनानं केलेले अनेक चांगले कायदे यांनासुद्धा निपटून टाकता आलेले नाहीत. या देशात बुद्धिजीवी पोपटांची संख्या पिढीपिढीला वाढत गेली. पण त्या मानानं प्रखर बुद्धिप्रामाण्यांची उपासना दैनंदिन जीवनात प्रामाणिकपणानं करणारी फार थोडी माणसं निर्माण झाली. आपण मॉडर्न बनल्याचा बाह्यत: कितीही आव आणीत असलो तरी, आजचं भारतीय जीवन परस्पराशी विरोधी अशा दोन पातळ्यांवर धडपडत उभं राहण्याचा प्रयत्न करीत आहे. तेव्हा अशा स्थितीत विज्ञानाची उपासना व जोपासना पाश्चात्य देशाप्रमाणं आपल्याकडं व्हायला हवी असेल तर बुद्धीला न पटणाऱ्या अनेक गोष्टींचा त्याग करण्याची सामाजिक मनाची तयारी झाली पाहिजे. सर्व थरांतल्या सामाजिक मनाची जडता जेव्हा दूर होईल, तेव्हाच विज्ञानाचं सर्वत्र जाणीवपूर्वक स्वागत होईल. आपलं आरोग्य, आपला आहारविहार, आपलं नागरी आणि ग्रामीण जीवन, आपले सणसमारंभ आणि नानाविध चालीरीती या सर्वांचं थोडं अंतर्मुख होऊन निरीक्षण केलं तर शाळा-कॉलेजात विज्ञानाशी निकटचा संबंध येऊनही आपण फारसे बदललो नाही हे कुणालाही कबूल करावं लागेल.

हे सारं खरं असलं तरी त्याची चिकित्सा करीत बसण्यात फारसा

अर्थ नाही. विज्ञानाला हसतमुखानं सामोरं जाण्यानंच आपल्या अनेक आर्थिक व सामाजिक समस्या थोड्याफार प्रमाणात सुटण्याचा संभव आहे. तेव्हा समाजातले काही अल्पसंख्य वरचे थर आपापल्यापरी विज्ञानप्रेमी झाले आहेत हे मान्य करूनही सर्वसामान्य भारतीय मनुष्य विज्ञानसन्मुख कसा होईल यासाठी आपण प्रयत्न करीत राहिलं पाहिजे. या प्रयत्नांची दिशा, अगदी अंधुकपणे का होईना पुढे थोडक्यात सूचित करण्याचा नम्र प्रयत्न करीत आहे-

(१) विश्वाच्या मुळाशी जी निर्गुण निराकार आणि अनामिक परमशक्ती असेल तिचा-जन्ममृत्यूंचं गूढ बाजूला ठेवलं तर-दैनंदिन मानवी जीवनाशी अन्य कोणताही प्रत्यक्ष संबंध नाही ही जाणीव सामाजिक मनात प्रथम दृढमूल झाली पाहिजे. मानवी जीवनातली लहानमोठी दु:ख अंशत: तरी दूर व्हावीत आणि या जीवनातील सुखसमृद्धी शक्य तेवढी वाढावी ही आपणा सर्वांची इच्छा, सफल व्हायची असेल तर या जीवनात शुद्ध ऐहिक दृष्टीनं विचार करायची शिकवण समाजाच्या मनात नाना प्रयत्नांनी रुजवली पाहिजे. मानवजातीचं ऐहिक सुखसंवर्धन हेच माणसाचं एक प्रमुख ध्येय बनलं पाहिजे.

(२) या सुखसंवर्धनाला पोषक अशा सर्व गोष्टींचा चिकित्सापूर्वक स्वीकार करण्याची उभारी सामाजिक मनात निर्माण केली पाहिजे. या दृष्टीने बुद्धिप्रामाण्याची उपासना करण्याचं वळण विद्यार्थीदशेपासूनच व्यक्तीला लावलं पाहिजे.

(३) शाळा-कॉलेजात विज्ञानाविषयीचं प्रेम निर्माण करण्याचा खास प्रयत्न शिक्षकांनी केला पाहिजे. विज्ञानाच्या शिक्षणात पोपटपंची जेवढी कमी होईल आणि प्रयोगशीलता जेवढी वाढेल तेवढं अधिक चांगलं. निसर्ग हा इतर प्राणीसृष्टीच्या बाबतीत मुका असतो, पण मानवाशी आपल्या गूढ भाषेत सुखसंवाद करण्यात त्याला नेहमीच आनंद वाटत आला आहे. मानवी बुद्धीच्या तपस्येनं तो प्रसन्न होतो; आणि आपल्या अंतरंगातील अनेक गुजं तो तिला उकलून दाखवितो, ही जाणीव कोवळ्या बालमनात रुजली पाहिजे. निसर्गाची रहस्य जे जाणू शकत नाहीत ते डोळे असून आंधळे, असं त्या बालमनाला वाटलं पाहिजे.

(४) शाळात, घरीदारी, कथामालांत सर्वत्र लहान मुलांना जशा अद्भुत किंवा कल्पनारम्य गोष्टी सांगितल्या जातात, तशाच आणि

तितक्याच रंजक रीतीनं नाना शोधांच्या आणि त्या शोधांसाठी एखाद्या ऋषीप्रमाणं तपश्चर्या करणाऱ्या किंवा एखाद्या वीराप्रमाणं आपल्या जीवावर उदार होणाऱ्या शास्त्रज्ञांच्या आणि संशोधकांच्या गोष्टी सांगितल्या पाहिजेत.

(५) बालकाच्या जिज्ञासेची जोपासना दुर्दैवानं अजून आपल्या कुटुंबातली वडील माणसं करू शकत नाहीत. पण मुलांच्या विकासाची सर्वच जबाबदारी शिक्षकांच्यावर लोटून चालणार नाही. घरीदारीही त्याला अनुकूल असं वातावरण निर्माण झालं पाहिजे. 'सृष्टिज्ञान' आणि 'विज्ञानयुग' ही मासिके आज वर्षानुवर्षे महाराष्ट्रात विज्ञानप्रेमाची बीजं पेरण्याचा प्रयत्न करीत आहेत. ती कितीशा सुखवस्तु कुटुंबात घेतली जातात, आणि तो घेणाऱ्या विरळ कुटुंबातील कितीसे पालक त्यातल्या एखाद्या लेखाविषयी घरातल्या बालगोपालांशी गंमतीने गप्पा मारतात, याविषयी शंभर कुटुंबं घेऊन त्या माहितीचा निष्कर्ष काढला तर काय निष्पन्न होईल हे भवितव्य सांगायला ज्योतिषाची जरूरी नाही. 'Men are not born, they are made' ही एक रशियन शास्त्रज्ञाची उक्ती लहान मुलामुलींच्या विज्ञानभक्तीच्या बाबतीत शंभर टक्के सत्य आहे.

(६) माध्यमिक विद्यालयातील वरच्या इयत्ता व महाविद्यालये यांच्यात विज्ञानाची अधिक वरच्या पातळीवर उपासना करता येणं शक्य आहे. मानव्यविद्या आणि विज्ञानशास्त्रे या जणू दोन तरवारी आहेत. त्या एका म्यानात राहू शकत नाहीत, अशी भल्याभल्यांची समजूत आहे. पण या पुढच्या काळात कला व शास्त्र आणि साहित्य व विज्ञान यांच्यामध्ये अशी रुंद आणि खोल दरी ठेवून चालणार नाही. मानवाच्या इहलोकीच्या सुखकर जीवनाला अशी भौतिक समृद्धी आवश्यक आहे. खरा नवा मानव कधीकाळी निर्माण व्हायचा असेल तर तो भौतिक व नैतिक उत्कर्षाच्या समतोल संगमातूनच निर्माण होऊ शकेल.

(७) मी कॉलेजात असताना व नंतरच्या काळात पटवर्धनबुवा राष्ट्रीय कीर्तनकार म्हणून गाजले होते. त्यांनी आपल्या रसाळ वाणीचा व गायनकलेचा उपयोग करून राष्ट्रीय वृत्ती जोपासणाऱ्या आख्यानांची कीर्तने दीर्घकाळ केली. मोठमोठ्या श्रोतृसमुदायात अशा आख्यानांनी ते कसं चैतन्य निर्माण करीत हे ती कीर्तनं ऐकणारे लोकच सांगू शकतील. त्यांच्या पद्धतीचा अंगिकार करून वैज्ञानिक कीर्तनं करण्याचा प्रघात

पाडणं प्रयासाचं असलं तरी ते निश्चित फलप्रद होईल. वाणीची व गाण्याची देणगी असलेल्या अध्यापक-प्राध्यापकांना काही कमीपणा वाटण्याचे कारण नाही. कारण जुन्या काळी समाजाला सज्ञान व सुजाण करण्याचं काम कीर्तनकारांनी दीर्घकाळ केलं आहे. कीर्तनकार, पुराणिक, प्रवचनकार हेच त्या काळचे समाजाचे अध्यापक, प्राध्यापक होते.

(८) विज्ञान स्वभावत: नीतिनिरपेक्ष (Amoral) असतं. साहजिकच ते जेवढं विधायक होऊ शकतं तेवढंच ते विध्वंसक ठरण्याचाही संभव असतो. पण अग्नीचा शोध लागल्यावर त्याचा वापर कसा करायचा हे मानव प्राणी जसा हळूहळू शिकला त्याप्रमाणं विज्ञानातल्या प्रत्येक नव्या शोधाचा सदुपयोग कसा करायचा हे त्याला आज ना उद्या शिकावंच लागेल. तो ते शिकला नाही तर जगावर भयानक आपत्ती ओढवत राहतील.

(९) विज्ञानाची शक्ती फार मोठी आहे. पण स्वभावत: प्रत्येक शक्ती ही आंधळी असते. तिला डोळस करणं हे धर्म आणि तत्त्वज्ञान यांच्यापासून कला-साहित्यापर्यंत मानवाच्या आत्म्याला मिळालेल्या दैवी देणग्यांचं काम आहे. केवळ विज्ञानाच्या विध्वंसकतेवर उठल्यासुटल्या बोट ठेवून विज्ञानविन्मुख राहणं या जगात कुणालाही पूर्वी परवडलं नाही, पुढे परवडणार नाही. भारतासारख्या विकसनशील देशाच्या बाबतीत तर विज्ञानविन्मुखता हा शापच ठरेल. म्हणून आज लहान मुलांपासून प्रौढ-वृद्धांपर्यन्त सर्वांनी विज्ञान देवाची उपासना करणं हाच प्रगतीचा खरा मंत्र आहे. राज्यशास्त्र,अर्थशास्त्र, समाजशास्त्र इत्यादिकांचा अभ्यास आपण आज शुद्ध शास्त्रीय दृष्टीने करू शकत नाही. विज्ञानाची उपासना करता करताच ती दृष्टी आपल्यातल्या सर्वसामान्य माणसाला येऊ शकेल. महाराष्ट्रात १८७४ ते १९२० पर्यंतच्या कालखंडात निबंध, नाटक, कादंबरी अशा साहित्याच्या महत्त्वाच्या विभागांनी लोकशिक्षणाचं आणि समाजजागृतीचं यथाशक्ती कार्य केलं. समाजातलं विज्ञानप्रेम वाढविण्याच्या कामी आजच्या साहित्यिकांनाही अशी कामगिरी करता येण्याजोगी आहे. साठ-सत्तर वर्षापूर्वीच्या जुन्या मराठी पाठ्यपुस्तकातली 'तीन राक्षस' ही चटकदार गोष्ट ज्यांनी वाचली असेल त्यांना लेखकाच्या कल्पकतेला विज्ञानानं केवढं मोठं क्षेत्र मोकळ करून दिलं आहे. हे सांगण्याची आवश्यकता नाही.

(१०) परंपरागत भारतीय संस्कृतीनं मानवी आत्म्याची काळजी सतत वाहिली. पण तो आत्मरत तपस्व्यालासुद्धा भूदान आणि ग्रामदान यांच्यासारख्या सर्वसामान्य मनुष्याच्या भाकरीशी संबंध असलेल्या चळवळी हाती घ्यावा लागल्या याचं मर्म हेच आहे. मनुष्य मुख्यत: जगतो तो दोन गोष्टींवर-पहिली भाकरी आणि दुसरी भावना. या दोन गोष्टी प्रत्येकाला या जगात योग्य प्रमाणात कशा मिळतील? हा आजचा मानवतेपुढला खरा प्रश्न आहे. यांपैकी भाकरीचा प्रश्न विज्ञानच सोडवू शकेल, हे ध्यानी घेऊन आपण त्याची उपासना निष्ठेनं चालविली पाहिजे. 'उपासनेला दृढ चालवावे' हे संतवचन या बाबतीतही सत्य आहे.

विज्ञानयुग (मे, १९७६)
मूळ लेखन - डिसेंबर, १९७२   ⊙ ⊙

✦

सामाजिक ऋण आणि तरुण मन

✦

दीड-दोन वर्षापूर्वीची गोष्ट आहे; इंजिनिअर होऊन परदेशामध्ये शिक्षणासाठी गेल्यानंतर चांगली नोकरी मिळवून लग्नासाठी भारतात परत आलेल्या एका बुद्धिमान तरुणाची. त्याचं लग्न चांगल्या रीतीने पार पडले. अमेरिकेतील नोकरीचा मोह सोडावा ही त्याच्या वडिलांची इच्छा. देशात राहावं आणि आपल्या बुद्धिमत्तेचा उपयोग देशासाठी करावा. म्हणून बापलेकांचे बोलणे सुरू झाले आणि मुलाने शेवटी ताडकन् उत्तर दिले, 'तुमच्या या देशात राहाण्याची माझी इच्छा नाही.'

ही सत्यकथा मी ऐकली. माझं मन अतिशय अस्वस्थ झालं. अलीकडे अशा रीतीने अस्वस्थ होण्याचे प्रसंग वारंवर येतात. केवळ विशी-पंचविशीतल्या तरुणांच्या तोंडून असे उद्‌गार निघतात असे नाही. चाळिशी-पन्नाशीतली माणसंही स्वत:ला हवं असतं तसे बस्तान बसविता येईनासं झालं म्हणजे त्याचा सारा राग देशावर काढतात. कुणी राजकारणावर घसरतात, कुणी नेत्यांची टिंगल करतात, पण सर्वांचा रोख असतो की या देशात राहाण्यासारखं आपल्यासारख्या माणसांना काही उरलं नाही.

हे सारे बघितले आणि ऐकले म्हणजे माझ्यापुढे अनेक प्रश्न उभे राहतात. इंग्रजी काळापासून स्वातंत्र्य मिळेपर्यंतचा सव्वाशे-दीडशे वर्षाचा विशाल कालखंड डोळ्यापुढून सरकू लागतो. प्रत्येक पिढीतल्या हुतात्म्यांच्या मूर्ती दिसू लागतात; कुणी शिक्षणाचा प्रसार व्हावा म्हणून, कुणी

साहित्याच्या साहाय्याने लोकजागृती घडावी म्हणून आपले सारे जीवन समर्पण केलेलं असतं. क्रांतीकारकापासून समाजसेवकापर्यंत आणि शिक्षकापासून भूमिगत कार्यकर्त्यापर्यंत अनेकांच्या कथा आठवतात आणि मनात येते - ते सारे भावनेने फुललेले देशासाठी आणि समाजासाठी काहीतरी केले पाहिजे असे वाटणारे, धडपडणारे जग कुठे गेले ?

याचं उत्तर शोधायचा मी प्रयत्न करतो तेव्हा काही धागेदोरे हाताला लागतात. इंग्रजी राज्य येण्यापूर्वी देव आणि धर्म ही आमची श्रद्धास्थाने होती. इंग्रजी शिक्षण प्रचलित झाल्यावर देवाधर्माविषयीच्या अंधश्रद्धा कमी होत गेल्या पण देश आणि समाज ही नवीन श्रद्धास्थाने आपल्या सामाजिक मनाला मिळाली. १९४७ पूर्वीचं अर्धशतक या श्रद्धांनी प्रेरित झालेल्या आणि देशासाठी किंवा समाजासाठी आपले सर्वस्व अर्पण करणाऱ्या नाना प्रकृतीच्या व प्रवृत्तीच्या व्यक्तींनी गजबजलेले आहे.

मात्र आजच्या तरुणांना काय किंवा प्रौढांना काय त्या काळातला जोम नाही. जोश नाही. कोणत्याही गोष्टीविषयीची उत्कटता नाही. काळाने दिलेली नवीन आव्हाने स्वीकारण्याची हिम्मत नाही. आजच्या समाजरचनेत तरुणांचा कोंडमारा होत असेल तर तो बदलण्याकरिता तरुण पिढीने बद्धपरिकर झाले पाहिजे. त्यासाठी स्वातंत्र्यपूर्व काळातील चारपाच पिढ्यांनी जो त्याग केला, जे ध्येय-वेडेपण दाखवले ते या तरुण पिढीला दाखवावं लागेल. पण कुठल्याही गोष्टीसाठी असे वेडे होण्याची ताकद तरुण पिढीत दृग्गोचर होत नाही, हे आपल्या देशातील दारिद्र्य व अज्ञान यांच्यापेक्षाही अधिक भयावह असे सत्य आहे.

आपण ज्या देशात जन्मलो, त्याच्यासाठी आपल्या शक्तीचा बुद्धीचा, कर्तृत्वाचा काही ना काही भाग खर्ची पडला पाहिजे. ही कृतज्ञतेची जाणीव स्वातंत्र्यपूर्व काळातील कारकुनाला व प्राथमिक शिक्षकातही होती. पण ती आज बड्या पदव्या धारण करणाऱ्या सुशिक्षितात, श्रीमंतीच्या शिखरावर चढलेल्या कर्तृत्ववंतात व सर्वसामान्यात फारशी आढळत नाही. मी ऐकलेल्या कहाणीतल्या तरुणाचे उद्गार आजच्या परिस्थितीवर पूर्ण प्रकाश टाकणारे आहेत.

असं घडण्याचं मुख्य कारण आज आपली मने कोणत्याही एका

विशाल स्वप्नाशी बांधली गेली नाहीत. स्वार्थापलीकडच्या कोणत्याही उत्कट भावनेनं ती उचंबळून येत नाही. आपण आपलं कुटुंब, आपली चैन, आपलं स्वास्थ्य यांच्या पलीकडे बाहेर पसरलेल्या विशाल समाजाशी आपलं अतूट नातं आहे हे आपण विसरून गेलो आहोत. प्राचीन काळी देवऋण, ऋषीऋण व पितृऋण मानली जात असत. या नव्या विज्ञानाचं अधिराज्य असलेल्या यांत्रिक युगातील मनुष्याची माणुसकी जर शिल्लक रहायची असेल तर त्यानंही काही निश्चित ऋणे मानली पाहिजेत.

ज्या देशात तो लहानाचा मोठा झाला आहे त्याच्या मातीशी असलेले आपले नाते विसरण्याइतका कृतघ्नपणा जगात दुसरा कोणताही नसेल. ज्या समाजाच्या अंगाखांद्यावर आपण लहानाचे मोठे होतो, ज्याच्या सावलीत आपण फुलतो त्याचं आपण काही देणे लागत नाही असे मानणे हे हृदयहीनतेचं लक्षण आहे. स्वातंत्र्यानंतर भौतिक समृद्धीच्या जोडीने देशातली भावनिक समृद्धी आपण वाढवू शकलो नाही. उलट आपली मनं अधिक कोरडी होऊ लागली आहेत. राष्ट्रीय एकात्मता, भावनिक ऐक्य, सामाजिक समता या शब्दात अंतर्भूत असलेल्या भावना समाजात सतत फुलत रहाव्यात म्हणून आपण प्रयत्न करीत नाही. एवढंच नव्हे तर आपल्या स्वत:च्या आवरणातही त्या त्या कधी प्रकर्षाने प्रकट होत नाहीत.

या मूल्याच्या मुळाशी असलेल्या भावना भारतीय रक्तात मुरल्या पाहिजेत. त्या भावनांनी प्रेरित होऊन ते रक्त सळसळत राहिले पाहिजे आणि हे व्हायचे असेल तर हा माझा देश आहे तो दरिद्री असला तरी माझा देश आहे. तो संपन्न करण्याची जबाबदारी माझी आहे. ही कृतज्ञतेची भावना शाळांतून, महाविद्यालयांतून, साहित्यातून आणि नागरिकांच्या आचरणातून सतत फुलत राहिली पाहिजे. ज्या समाजात आपण जन्मतो त्याचं ऋण अंशत: तरी फेडण्याची इच्छा त्या समाजातल्या प्रत्येक व्यक्तीच्या अंगी झाली पाहिजे. आपापला व्यवसाय प्रामाणिकपणाने व परिश्रमाने उत्तम रीतीने पार पाडून सामान्य माणसेसुद्धा सामाजिक ऋणातून मुक्त होऊ शकतात. पण त्या दृष्टीने अंतर्मुख होऊन आपल्या जीवनाचा विचार करायला आम्ही शिकले पाहिजे तरच आमचा तरणोपाय आहे.

आज सर्वांत मोठी गरज आहे ती सामाजिक ऋणाच्या जाणीवेची

आणि यथाशक्ति धडपड करणाऱ्या तरुण मनाची. कोणत्याही वादापेक्षा नव्या श्रद्धांनी प्रेरित झालेले भारतीय तरुण मनच आजच्या अंधारातून प्रकाशाचे नवे किरण पाडू शकेल.

पाक्षिक रुद्रवाणी (१ मार्च, १९७३)   ◉ ◉

जीवनातील सर्वात भव्य गोष्ट कोणती ?

यंदा पाऊस चांगला पडला. गतवर्षीच्या निसर्गाच्या अवकृपेचे कृपेत रूपांतर झाले. पण पंचमहाभूतांची प्रकृतीच अशी आहे की, त्यांच्या कृपेचा अभाव माणसाला जेवढा तापदायक ठरतो, तेवढाच त्यांच्या कृपेचा अतिरेकही कधी कधी त्याला असह्य होतो. अनेक ठिकाणी अतिवृष्टी झाली, महापूर आले, खेड्यापाड्यातली माणसे सुरक्षिततेसाठी हलवावी लागली. पिके व मालमत्ता यांची अतिवृष्टीने जबर हानी तर केलीच; पण शासन व जनता यांचे प्रयत्न फोल ठरवून या महापुराने काही माणसांचे बळीही घेतले !

या साऱ्या बातम्या वृत्तपत्रातून माझ्यासारखा वाचक दररोज वाचतो. त्या वाचून त्याला वाईट वाटते. दुसरे दिवशी तो त्या विसरून जातो. पण अतिवृष्टीविषयीच्या अशा बातम्यांच्या गर्दीतल्या दोन घटना वाचून आता काही दिवस लोटले असले तरी त्यांचा मला अजून विसर पडला नाही.

पहिली बातमी आहे दिनांक ८ सप्टेंबरची - "बनास नदीला चार दिवसापूर्वी आलेल्या पुरामुळे बनासकाठा जिल्ह्यातील दातीवाडा धरण फुटण्याचा धोका निर्माण झाला, तेव्हा त्या धरणाच्या कर्तव्यनिष्ठ एक्झिक्युटिव्ह इंजिनियरनी तेथून पळून जाण्यास नकार दिल्याचे समजते.

पुरामुळे धोका निर्माण झालेल्या प्रदेशातील लोकांना इतरत्र हलविण्याचे काम करणाऱ्या गृहरक्षक दलाच्या अधिकाऱ्याने एक्झिक्युटिव्ह इंजिनियर

श्री. लाड यांना दूर जाण्याचा सल्ला दिला. पण तो त्यांनी मानला नाही. श्री. लाड म्हणाले, ''मी धरणाबरोबर जगेन किंवा त्याच्याबरोबरच नष्ट होईन.''

दुसरी बातमी आहे १० सप्टेंबरची : ''दिनांक ३० ऑगस्टला हुशंगाबाद जिल्ह्यात नर्मदेने रौद्र रूप धारण केले असताही १७ वर्षाच्या एका मुलीने १५० लोकांचे प्राण वाचविण्याची अचाट व धाडसी कामगिरी पार पाडली.

एकही कोळी आपली नाव हाकारावयास तयार नव्हता. एकाने केलेला प्रयत्न असफल ठरला होता. पण आजारी असलेल्या एका कोळ्याची कन्या सरस्वती या सर्व संकटाना पुरून उरली. काही अंतरावर रूतून बसलेली नाव आणण्यासाठी सरस्वती पोहत तेथवर गेली आणि तिने आपली नाव नालाखेडी या पाण्याने वेढलेल्या खेड्याकडे हाकारली.

या खेड्यात १५० माणसे अडकली होती. जीव मुठीत धरून परमेश्वराचा धावा करणाऱ्या या सर्वांना नावेच्या अनेक फेऱ्या करून सरस्वतीने सुरक्षित स्थळी आणले, आणि नर्मदेचे आव्हान मोठ्या हिमतीने स्वीकारून तिच्यावर मात केली.''

भ्रष्टाचारापासून काळ्या बाजारापर्यंतच्या रोज रोज वाचाव्या लागणाऱ्या अनेक बातम्यांनी काळवंडून जाणाऱ्या माझ्या मनाला या घटनांनी पुलकित केले. अंधारात वीज चमकावी आणि चाचपडत जाणाऱ्या प्रवाशाला विजेच्या त्या चमकाऱ्याने धीर यावा असे काही तरी मला वाटले. इंजिनियर लाड यांनी मृत्यु समोर दिसत असतानाही आपली जागा सोडण्याचे नाकारलेच. 'धरणाबरोबर मी नष्ट होईन; पण मी इथून हलणार नाही' असे उद्गार काढले. हे बळ त्यांना कोठून आले ! आत्मसंरक्षण ही मानवाची मूलभूत प्रवृत्ती आहे. त्यामुळे मृत्यूच्या पुसट सावलीने सुद्धा मनुष्य भेदरून जातो. बायकामुले, पैसा-अडका इत्यादी गोष्टीतच त्याचा जीव अडकून पडलेला असतो. पण इंजिनियर लाड यांनी या गोष्टींचा क्षणमात्रही विचार केला नाही. जे भयप्रद आव्हान त्यांच्यापुढे उभे ठाकले होते, त्याला ते धैर्याने सामोरे गेले. प्राणापेक्षाही प्रिय अशा एका मूल्याचा सांभाळ करण्यासाठी त्यांनी हे साहस केले.

लाड सुशिक्षित म्हणून कर्तव्याच्या जाणिवेने त्यांनी हे साहस केले

असे कोणी म्हणतील. पण दुसऱ्या बातमीतली सरस्वती ही विशीच्या आतली मुलगी. एका कोळ्याची. पोहणे, होडी चालविणे या गोष्टी ती कुलाचार म्हणून शिकली असेल. पण तिने जे असामान्य धैर्य आणि मानवताप्रेम प्रकट केले ते शिक्षणातून निर्माण झाले असे कोणीही म्हणू शकणार नाही. ती दोन्ही माणसं त्या त्या प्रसंगी सामान्य व्यक्ति राहिल्या नव्हत्या. त्यांच्या आत्मशक्तीच्या संपूर्ण आविष्काराने त्याना असामान्य पातळीवर नेले होते.

मानवी जीवनात सर्वात भव्य अशी कोणती गोष्ट आहे या प्रश्नाचे उत्तर इंजिनियर लाड व धीवरकन्या सरस्वती यांच्या उत्स्फूर्त प्रतिक्रियात मिळू शकते. मानव हा इतर सर्व प्राण्यांहून वेगळा आहे. आहारनिद्रादी देहधारणेला आवश्यक असणाऱ्या गोष्टी आणि अन्य शारीरिक भुका तृप्त करून घेण्याच्या बाबतीत पशूशी त्याचे पुष्कळसे साम्य असले तरी केवळ या एकाच पातळीवर तो अष्टौप्रहर जगू शकत नाही. जे कल्पना, भावना, विचार इ. पशूला न लाभलेल्या अनेक शक्ती त्याला निसर्गाने दिल्या आहेत, त्या त्याला स्वस्थ बसू देत नाहीत. तो जेवढा भाकरीवर तेवढाच स्वप्नावर जगतो. युद्धे, संघर्ष, विषमता इ. गोष्टींनी अजूनही मानवी जीवन ग्रस्त आहे हे कोण नाकबूल करील ? मात्र भौतिक सृष्टीतच नव्हे तर अंत:सृष्टीतही आदिमानवापासून तो पुष्कळच पुढे आलेला आहे हे उघड आहे. प्रकृतीच्या पातळीवरल्या जीवनाने तो संतुष्ट राहू शकत नाही. संस्कृतीच्या पातळीवरल्या जीवनाकडे त्याचे अंतरंग सतत धाव घेत असते. कवी, संत, वीर, शास्त्रज्ञ, कलावंत, संशोधक, समाजसेवक इत्यादी स्वरूपात आपणाला जी माणसे दिसतात ती त्या त्या काळातल्या मानवी संस्कृतीची शिखरेच असतात.

प्रकृतीचे जग असते भौतिक, शारीरिक, व्यावहारिक; संस्कृतीचे जग असते बौद्धिक, भावनिक व आत्मिक. हे दुसरे जग मानवातल्या सुप्त आत्मशक्तीला सतत जाग आणण्याचा प्रयत्न करीत असते. त्याच्या ठिकाणी जो आत्मशक्तीचा लहानसा अग्निकण असतो तो फुलविण्याचा प्रयत्न संस्कृती सतत करीत असते. या स्फुल्लिंगाच्या बळावरच मनुष्य भोवतालचे जग बदलू इच्छितो. त्याची सुरम्य स्वप्ने रेखाटतो. ती साकार करण्याकरिता धडपडतो. हा स्फुल्लिंग ज्या क्षणी पूर्णपणे फुलतो त्याक्षणी त्याला मानव इथून-तिथून एक आहे या

परमतत्त्वाची जाणीव होते. संकटात सापडलेल्या माणसाच्या ठिकाणी क्षणभर तो स्वत:लाच पाहतो आणि त्याला संकटमुक्त करण्याला सिद्ध होतो. लाड व सरस्वती यांच्या ठिकाणी असलेला हा स्फुल्लिंग भयानक आपत्तीच्या दर्शनाने फुलला, म्हणूनच लाड वीरोचित उद्‌गार काढू शकले; आणि सरस्वती नर्मदेच्या रौद्र रूपाची पर्वा न करता अपरिचित माणसांच्या मुक्तीसाठी सिद्ध झाली. या दोघांच्या आयुष्यातला तो एक दिव्य, भव्य क्षण होता.

जीवनातली भव्यता आपल्याला नानाविध रूपानी भेटते. विशाल पर्वतराजी आणि त्यांची उत्तुंग शिखरे, क्षितिजापर्यंत पसरलेला अफाट सागर, वर्षाकाळात मुसळधार पडणारा पाऊस आणि कृष्णमेघानी भरलेल्या आकाशाला प्रकाशित करीत चमकणाऱ्या विजा अशा भव्य दृश्यांनी आपण काही वेळ भान विसरतो. अशा वेळी दैनंदिन रुक्ष जीवनाच्या पिंजऱ्यातून आपल्या मनाचे पाखरू बाहेर पडते. आपले चिमुकले पंख फडफडावीत उडू लागते. विज्ञानाच्या साहाय्याने मानवी बुद्धीने लावलेले नानाविध शोधही आपल्याला असेच विस्मित करतात. पण निसर्गाचा काय किंवा मानवी बुद्धीचा काय, हा विलास माणसाला आनंद देत असला तरी त्याच्या ठिकाणी वसत असलेल्या दिव्य ठिणगीची तो त्याला आठवण करून देतोच असे नाही. या भव्यतेपेक्षा स्वत:च्या आत्मिक शक्तीचा जेव्हा त्याला साक्षात्कार होतो तेव्हाच जीवनातल्या भव्यतेचा त्याला प्रत्यय येतो.

मानवी जीवन फारसे स्वतंत्र आहे असे नाही. प्रत्येक मनुष्याने आयुष्य नियतीने, परिस्थितीने, देशकालाने आणि इतर अनेकविध गोष्टीनी नियंत्रित केलेले असते. ज्याला त्याला आपल्या वाट्याला आलेले आयुष्य जगावे लागते आणि स्वत:च्या मरणाला एकट्यानेच सामोरे जावे लागते हेही खोटे नाही. पण या सर्व बंधनातूनही मानव आपल्या विकासाचा मार्ग शोधीत राहतो. आत्मशक्तीची जाणीव होणे हे त्या मार्गावरले पहिले पाऊल असते. या आत्मशक्तीची उपासना जे सतत करतात त्यांना व्यक्तीचे, साऱ्या मानवजातीशी असलेले अतूट भावनिक नाते उमगते. या भावनेच्या ओलाव्यावरच ते भोवतालची दु:खे दूर करू इच्छितात. त्यासाठी प्रसंगी सर्वस्व समर्पण करतात. 'मी, माझे, माझी प्रतिष्ठा, माझे वैभव, माझे मोठेपण' या कल्पनांच्या

कुंपणातच जोपर्यन्त मानवी मन अडकून पडते, तोपर्यंत त्याच्या ठिकाणी असलेला आत्मशक्तीचा स्फुल्लिंग फुलत नाही. उलट तो विझून जाण्याचाच संभव अधिक ! ही दिव्य ठिणगी काही व्यक्तीत क्षीण असते तर काही व्यक्तीत प्रबळ असते. पण या अग्निकणाची स्वत:ला जाण होणे आणि या आत्मशक्तीची दैनंदिन जीवनात जोपासना करणे हे सामान्य मनुष्यालाही अशक्य नाही. दुसऱ्यावर निरपेक्ष प्रेम करणे आणि त्या प्रेमाला यथाशक्ती कृतिरूप देणे हाच आत्मशक्ती विकसित करण्याचा मार्ग आहे. तो ज्यांना सापडतो त्यांना मानवी जीवन-कितीही विसंगतीनी भरलेले असले तरी - अर्थशून्य वाटत नाही. आणि त्या जीवनात नाना प्रकारची दु:खे अटळ असली तरी आपण क्षुद्र जंतूचे जीवन जगत आहो असा आत्मतुच्छतेचा विचारही त्याना स्पर्श करू शकत नाही. कारण त्यांच्या आत्मशक्तीच्या आविष्कारातच त्यांना जीवनातल्या भव्यतेचा साक्षात्कार होत असतो.

अमृत (नोव्हेंबर, १९७३) ⊙ ⊙

✦

सामान्य मनुष्य : सोने की पितळ

✦

गांधीजींचे सामान्य मनुष्यांवर अत्यंत उत्कट प्रेम होते. तो सुधारावा, सुखी व्हावा, हा त्यांच्या साऱ्या शिकवणुकीचा केंद्रबिंदु होता. या बाबतीत ते परंपरागत प्रेषितांच्या आणि संताच्या मालिकेतच शोभून दिसले असते; 'विश्व स्वधर्मे सूर्य पाहो - जो जे वांछिल तो ते लाहो' या ज्ञानदेवांच्या शब्दांतील आर्तता हीच संतमनाची अंतरीची भावना आहे. साऱ्या जगातलं 'दुरितांचे तिमीर जावो' म्हणून संत परमेश्वरी शक्तीची प्रार्थना करतात. तिला साकडं घालतात. सामान्य मनुष्याच्या मनाचं उद्‌बोधन व्हावं म्हणून त्याला परोपरीनं आवाहन करतात, ख्रिस्त असो, बुद्ध असो, तुकाराम असो, कबीर असो अथवा कुणी अन्य धर्मीय प्रेषित वा संत असो त्यांच्या उद्‌गारांमागची तळमळ एकाच प्रकारची असते ती म्हणजे जगदोद्धाराची, सामान्य मनुष्याला अंतर्मुख करण्याची त्याचा हृदयपालट घडवून आणण्याची.

अंतरंगीच्या या उदात्त ध्येयामागं धावणाऱ्या महान आत्म्यापुढं जग नतमस्तक होतं. यात नवल नाही. पण आयुष्यभर आपल्या ध्येयाचा प्रचार करणारे आणि प्रसंगी त्याकरिता आपला देह ठेवणारे संत निघून गेले म्हणजे सामान्य मनुष्याचं जीवन पूर्वीच्याच पद्धतीनं चालू राहतं. भिन्न काळोखात क्षणभर वीज चमकावी. दाही दिशा तिने उजळल्या असा भास व्हावा, आता काळोख आपलं काय करणार आहे, अशा गोड भ्रमात वाटसरूनं डोळे मिटून घ्यावेत आणि पुन्हा तो डोळे उघडतो

न उघडतो तोच पूर्वीचाच काळोख सभोवताली दाटलेला दिसावा असा अनुभव या बाबतीत येतो. ख्रिस्ताचं पर्वतावरील प्रवचन प्रसिद्ध आहे. आजही ते वाचताना परधर्मातल्या वाचकालासुद्धा प्रभावित करतं. क्षणभर का होईना एका आदर्श जीवनाची मनोमन त्याला पूजा करायला लावतं. इतर प्रेषितांच्या व संतांच्या उपदेशाच्या बाबतीतही हाच अनुभव येतो. रामदासांच्या मनाच्या श्लोकात काव्यगुण किती आहे. या संबंधानं मतभेद असोत. पण ते श्लोक वाचताना अथवा ऐकताना मानवाच्या आत्म्याची त्याची त्यालाही नीटशी ठाऊक नसलेली एक भूक तात्पुरती का होईना शांत होते याबद्दल दुमत होण्याचं कारण नाही. मानवी मनांमध्ये नेहमी हे मंगल आणि अमंगल यांचं द्वंद्व चाललेलं असते. त्यात मंगलाच्या बाजूनं संत नेहमीच बोलत राहिले आहेत. पण खरा प्रश्न हा आहे की, त्यांची शिकवणूक मानवी मनाचं परिवर्तन घडवू शकते का ? मनुष्याचं मन बदललं पाहिजे असं अलीकडे वारंवार म्हटलं जातं. परंतु ते बदलता येतं का ? बदललं जाणं शक्य आहे का ? इतिहास याबाबतीत कोणती साक्ष देतो ?

सामान्य मनुष्याच्या हृदयपरिवर्तनावर गांधीजींचा खूप भरवसा होता. गांधीजींचं तत्त्वज्ञान, त्यांची शिकवणूक त्यांच्या ह्यातीत सामान्य मनुष्यानं त्यांना दिलेला प्रतिसाद आणि त्यांच्या मृत्यूनंतर सामान्य मनुष्यानं त्यांच्या शिकवणुकीची केलेली उपेक्षा या साऱ्याच गोष्टी या संदर्भात चिंतनीय आहेत.

उदाहरणार्थ ज्याला सध्या कुटुंबनियोजन म्हटले जाते त्या संतति-नियमनाचा प्रश्न घेऊ. गांधीजी स्वत:चे स्वत:च टीकाकार होते आणि त्यामुळे इतरांप्रमाणे स्त्रीसुखाची आसक्ती त्यांच्या ठिकाणी तरुणपणी असली तरी त्यांना स्वत:ला संयमानं तत्त्वज्ञान फार लवकर शिकविलं. उदात्ततेकडे ज्यांच्या मनाचा उपजतच ओढा असतो अशा व्यक्तींच्या ठिकाणी आत्मजागृती असते. ते कठोरपणे आत्मपरीक्षण करू शकतात. देहदंडाचा अथवा अन्य उपायांनी त्या आपल्या वासना जिंकू शकतात. निदान अवघड शृंखलानी बद्ध करू शकतात. साहजिकच ती गोष्ट सहज शक्य आहे. असा त्या व्यक्तींचा समज होतो. गांधीजी या नियमाला अपवाद नव्हते.

१९३६ सालच्या जानेवारीत संतती नियमनाचा पुरस्कार करणाऱ्या

मार्गरेट सँगर या बाई गांधीजींना भेटण्यास आल्या. त्यांच्याशी संतती नियमनांवर बोलताना गांधीजी म्हणाले, 'स्त्री ही आपल्या पतीची किंवा पित्याची गुलाम नाही. पुरुषाने तिला गुलाम बनविले व गुलामगिरीच्या सरावाने तिला त्यात भूषण वाटू लागले. स्त्री ही पुरुषाची गुलाम नव्हे ही माझी शिकवण माझ्या भगिनीना पटली तर हिंदुस्थानात संततीनियमनाचा प्रश्नच उद्भवणार नाही. कामविकाराच्या तृप्तीसाठी पुरुष स्त्रीच्या जवळ जातात. तेव्हा त्याचा यशस्वीपणे प्रतिकार करण्यास स्त्रीने शिकले पाहिजे प्रत्येक पुरुष काही पशुवृत्तीचा नसतो. पण वस्तुस्थिती अशी आहे, आमच्या देशातील स्त्री पुरुषाचा प्रतिकार करण्याचा सहसा प्रयत्नच करीत नाही. स्त्रीने अशा प्रकारचा प्रतिकार केल्यास पतिपत्नीत कटुता निर्माण झाल्याचे उदाहरण क्वचितच सापडेल. स्त्रीने आपली विरक्ती दाखविली तर पुरुष जबरदस्ती करणार नाही. पण तिला अशा प्रकारचे शिक्षणच मिळालेले नाही. ब्रह्मचर्याच्या पालनाने कित्येक लोकांना वेड लागते वगैरे आक्षेपात मला फारसा अर्थ दिसत नाही. ब्रह्मचर्यपालनाचा निश्चय करायचा आणि कोणत्याही प्रकारचे यमनियम मात्र पाळावयाचे नाहीत. असे करून कसे चालेल. विषयसुख म्हणजे स्त्रीपुरुषांमधील प्रेम अबाधित राहण्याचे साधन आहे, या मुद्यात सुद्धा मला फारसा अर्थ वाटत नाही. आपल्याला मिळणाऱ्या सुखाचे परिणाम भोगण्याची मनाची तयारी नसताना त्या त्या सुखासाठी एकत्र येणे याला प्रेम म्हणण्यापेक्षा कामविकार म्हणणे अधिक सयुक्तिक नाही का ? आपले शारीरिक संबंध सुरू राहावेत. पण आपल्यामागे मुलाबाळांचे लेंढार लागायला नको असे म्हणणे म्हणजे केवळ काम लालसाच नव्हे काय ? प्रजोत्पादन व्हावयास नको असेल तर स्त्रीपुरुषांनी शारीरिक संबंध ठेवताच कामा नयेत, खरे प्रेम आणि वैयक्तिक प्रेम यात हाच फरक आहे. मी माझाच अनुभव सांगतो. मी माझ्या पत्नीकडे वैषयिक भावनेने पाहात होतो तोपर्यन्त आम्हा दोघात प्रेम होते पण त्या प्रेमाला उच्च पातळी माहिती नव्हती. जो जो मी संयमशील बनू लागलो तो तो ती उच्च पातळी जवळ जवळ येऊ लागली. मी ब्रह्मचर्य पालनाचे व्रत घेतले आणि त्यानंतर वैषयिक प्रेम नष्ट होऊन फक्त खरे प्रेम काय ते शिल्लक राहिले.

स्त्री-पुरुष संबंधाविषयी गांधीजींचा दृष्टिकोन व्यक्त करणारा हा

उतारा थोडा लांबलचक आहे पण तो वाचत असताना आणि त्याचा विचार करीत असताना अनेक गोष्टी मनात येतात. मार्गारेट सँगर या बाईच्या संतती नियमनाबद्दलच्या चर्चेकडे गांधीजीनी स्वत:च्या दृष्टीने न पाहता सामान्य मनुष्याच्या दृष्टीनं पाहिलं असतं तर कदाचित् स्वातंत्र्योत्तर भारताच्या सामाजिक आणि आर्थिक समस्यांनी सुसह्य आणि सुटसुटीत स्वरूप धारण केले असते. १९४७ साली आमच्या नेत्यांनी देशाची फाळणी मान्य केली नसती तर भारताच्या इतिहासाला निराळे वळण लागले असते आणि त्याचा अनाठायी होणारा शक्तिक्षय वाचला असता. तसंच थोडंसं हे आहे. सँगर बाईंच्या प्रतिपादनात सामान्य मनुष्याच्या स्वभावाची आणि निसर्गाच्या विलक्षण शक्तीची जाण आहे हे गांधीजींनी ओळखलं असतं. संततीनियमन ही गोष्ट देशाच्या, समाजाच्या आणि कुटुंबांच्या दृष्टीने आज ना उद्या आवश्यक होऊन बसणार हे द्रष्टेपणाने पाहू शकले असते आणि संततीनियमनाचा स्थूल पुरस्कार गांधीजी केला असता तर कदाचित् आजचे अनेक लोकसंख्या वाढीमुळे निर्माण झालेले प्रश्न तीव्र स्वरूप धारण करू शकले नसते.

पण ते व्हायचं नव्हतं. मोठी माणसं बहुधा एककल्ली असतात. स्वत:च्या तत्त्वज्ञानांनी ती इतकी भारावून गेलेली असतात की, त्याच्या बाहेर निराळ्या प्रकारचं सत्य असू शकेल हे त्यांच्या ध्यानातच येत नाही. सत्य अनेकमुखी असते आणि त्याच्या एका चेहऱ्याचे दुसऱ्या चेहऱ्यांशी बिलकुल साम्य नसतं. तसं पाहिलं तर संतति नियमन हा विषय १९२०-२५ साली भारतात चर्चिला जाऊ लागला. श्री. रघुनाथराव कर्वे या बुद्धिवादी पंडितांनं महाराष्ट्रामध्ये याविषयाचा प्रचार किती निष्ठेने आणि कशाचीही तमा न बाळगता केला. हे आपण जाणतोय. जुन्या काळच्या लढाईत यशाची आशा नसताना आणि जखमांतून वाहणाऱ्या रक्तांनी शरीर न्हाऊन निघत असताना एखादा वीर लढत राहिल्याचं वर्णन रघुनाथराव कर्वे यांनी संततिनियमनाचा पुरस्कार अगदी, याच निष्ठेने केला. ''की घेतले व्रत हे आम्ही अंधतेने,'' असं समाजाला पदोपदी बजावीत महाराष्ट्रातल्या मध्यम वर्गात त्यामुळे या विषयात या संबंधी कुतुहूल निर्माण झालं. काही सुशिक्षितांकडून कर्व्यांच्या प्रतिपादनाचा पूर्वग्रह विरहित दृष्टीने विचार झाला. उच्च

मध्यमवर्गात संततिनियमनाला हळूहळू प्रतिसाद मिळू लागला. पण पिढ्यान्‌पिढ्या अंधरुढींची गुलामगिरी करीत आलेल्या आणि बुद्धिवादाशी कायमची फारकत करून बसलेल्या समाजाला कर्व्यांचं म्हणणं पटणं कठीण होतं. क्रांतिकारक, राजकीय पुढारी या नात्यानं गांधीजींचं जनमनावर अभिराज्य होतं. सँगरबाई गांधीजींना भेटल्या. गांधीजींनी मोकळेपणाने त्यांच्याशी संततीनियमनाची चर्चा केली. तत्कालीन वृतपत्रात ती छापून आली लोकांनी ती वाचून सोडून दिली. कृत्रिम साधनांनी केलेलं संततीनियमन गांधीजींना मान्य नव्हतं. अर्थात लोकांनाही ते मान्य होणं शक्य नव्हतं. गांधीजी संयमाचे पवाडे गात होते. भारतीय संस्कृतीने ज्या गुणांचं सतत गान केलेलं आहे. त्यात संयमाला महत्त्वाचं स्थान आहे. या संस्कृतीचा अभिमान सकारण-अकारण वाहण्याची खोड आपल्याला जडलेली होती. साहजिकच या विषयात कुणी खोलात गेलं नाही. स्वातंत्र्य येईपर्यंत आणि ते आल्यानंतर ही पाच-दहा वर्षे हा विषय जवळजवळ अडगळीतच पडून राहिला. त्यानंतर अमृत कौर आणि मोरारजी देसाई यांच्यासारख्या उच्च अधिकारपदस्थ व्यक्तींनी तथाकथित उच्च भूमिकेवरून त्याला विरोध केला आणि १९३६ ते १९५६ या वीस वर्षांत भारताची लोकसंख्या झपाट्याने वाढतच राहिली. गेल्या तपात सरकारनं कुटुंबनियोजनाची मोहीम हाती घेतली असूनही ही लोकसंख्या वाढ उत्पादनातील सर्व वाढ फस्त करून टाकत आहे. आज पन्नास कोटीची मर्यादा ओलांडून पुढे गेलेल्या या लोकसंख्येने प्रत्येक क्षेत्रातल्या आपल्या उत्पादन सामर्थ्यावर विलक्षण ताण आणला आहे. साऱ्या सामाजिक आणि आर्थिक समस्या अधिक अवघड करून टाकल्या आहेत.

अशा वेळी मनात येतं सँगरबाईंच्या म्हणण्याचा १९३६ साली वस्तुनिष्ठ दृष्टीनं गांधीजी विचार करू शकले असते. सामान्य मनुष्याची मनाची शक्ति आणि त्यांच्या मर्यादा याचं यथार्थ चित्र आपल्या डोळ्यांसमोर उभं करता आलं असतं तर प्रेम, स्त्री-पुरुष संबंध, कामविकार आणि वैवाहिक जीवन यांच्याविषयी काही आदर्श मनात बाळगणाऱ्या आणि ते आचरणात आणणाऱ्या गांधीजींनी ते आदर्श सामान्य मनुष्याला दुःसाध्य हे लक्षात घेतलं असतं तर! रामकृष्ण परमहंस एका हातात माती आणि दुसऱ्या हातात सोनं घेऊन दोन्ही गोष्टी समान लेखीत

असत. अशी एक कथा आहे. पण ही कथा कितीही उदात्त असली तरी ती रामकृष्ण परमंहसाच्या पुरतीच सत्य आहे. त्या सत्याची आपण सर्वसामान्य माणसांकडून अपेक्षा केली तर जगात अनर्थ उडाल्याशिवाय राहणार नाहीत.

अप्रकाशित   ◉ ◉

◆

नवी नैतिक मूल्यं

◆

विसावं शतक विज्ञानाचं वरदान घेऊन आलं. माणसाला वाटलं, आता सारी मानवजात समृद्ध आणि सुखी करण्याचा राजमार्ग सापडला, पण या शतकाची सात दशकं उलटून गेली तरी, मानव अजून सुखी झालेला नाही, समृद्धीही सर्वत्र पसरली नाही. दुसरं महायुद्ध संपलं त्या वेळी एका अमेरिकन सेनानीनं पुढील अर्थाचे उद्गार काढले होते, 'आम्ही विज्ञानात गरुड भराऱ्या मारीत आहोत, नैतिकदृष्ट्या आम्ही मात्र अजून जमिनीवर सरपटणारे प्राणीच राहिलो आहोत.' त्याचे हे उद्गार आजही सत्य आहेत. समृद्धीच्या अनेक पाऊलवाटा ज्यांनी चोखाळल्या आहेत, किंबहुना तिची शिखरंही गाठली आहेत, अशा पाश्चात्य देशातही व्यक्तीचं मत काय, किंवा समाजाचं मत काय, अस्वस्थ आणि अशांत आहे. असं का व्हावं ? मानवाचा नैतिक खुरटेपणा हेच याचं कारण असू शकेल काय ?

आपल्या देशात तर, व्यक्तिमनाची आणि सामाजिक मनाची अस्वस्थता सर्व थरांत तीव्रतेनं जाणवत आहे. याचं कारण आपल्याला जीवनात दोन प्रकारच्या पोकळ्या तीव्रतेनं जाणवीत आहेत. पहिलीचं स्वरूप आहे भौतिक, आणि दुसरीचं स्वरूप आहे भावनिक. राजकारण, अर्थकारण, वगैरे क्षेत्रांत भौतिक पोकळी भरून काढण्याची धडपड सुरू आहे. पण भावनिक पोकळी मात्र जशीच्या तशी कायम आहे. किंबहुना दिवसेंदिवस ती मोठी होत आहे. ती मोठी होण्याची अनेक कारणं

आहेत. एक तर, परंपरागत समाज व्यवस्था झपाट्यानं बदलत आहे. कृषिप्रधान जीवनपद्धती आणि तिच्या आधारानं निर्माण झालेली निरनिराळ्या प्रकारची धार्मिक, कौटुंबिक व सामाजिक मूल्ये इतिहास जमा होत आहेत. पण त्या मूल्यांची जागा घेण्याची नवी मूल्यं आपण अद्यापही निर्माण करू शकलो नाही. किंबहुना भौतिक समृद्धी इतकेच नैतिक संपन्नता हे सामाजिक स्वास्थ्याचे महत्त्वाचे अंग आहे याचा आपणाला विसर पडला आहे. जीवनाच्या प्रत्येक क्षेत्रात नैतिक अराजक हात-पाय पसरत आहे आणि प्रवाह-पतित वृत्तीनं आपण ते मुकाट्यानं पाहात आहोत.

व्यक्तिमन आणि समाजमन, यांच्यातील भावनिक पोकळी भरून काढण्याचा मार्ग एकच आहे, तो म्हणजे नव्या नैतिक मूल्यांची उपासना. परंपरागत नैतिकतेचा आधार पुष्कळ अंशी भीती हा होता. विशेषत: परलोक, स्वर्ग, नरक, मृत्यूनंतर होणारी शिक्षा किंवा मिळणारी पारितोषिकं इत्यादी कल्पनांनी या नीतीचं पोषण केलं होतं. विज्ञानाच्या वाढीमुळं या कल्पना निराधार ठरल्या आहेत. आता जी नैतिकता निर्माण व्हायला हवी, तिचा आधार ऐहिकच असला पाहिजे. परलोकाच्या भीतीपेक्षा मानवाविषयीची प्रीती, हे तिचं अधिष्ठान होणं आवश्यक आहे. जुनी नैतिक मूल्यं बरीचशी वैयक्तिक स्वरूपाची होती. नवी नैतिक मूल्यं सामाजिक स्वरूपाचीच असली पाहिजेत.

ही नवी नैतिक मूल्यं वैयक्तिकाप्रमाणे सामाजिकही असली पाहिजेत. समाजात केवळ बाह्य किंवा भौतिक परिवर्तन होऊन ती रूजणार नाहीत. केवळ कायद्यांनी त्यांचं पोषण होणार नाही. त्या करिता माणसाचं मनच बदललं पाहिजे. मोठेपणाच्या बेगडी कल्पना, अमर्याद उपभोग, प्रियता, सत्ता-संपत्तीचा अनियंत्रित हव्यास इत्यादिकांविषयीची आमची प्रचलित धारणा आमूलाग्र नाहीशी झाल्याशिवाय माणसाच्या मनातल्या या क्रांतीला सुरुवात होणार नाही. मात्र ही क्रांतीच नव्या नैतिक मूल्यांची जोपासना करू शकेल.

ही जोपासना करण्याकरिता अनेक पथ्यं आपल्याला पाळावी लागतील. शिक्षणात, साहित्यात, वृत्तपत्रात, आणि सार्वजनिक व्यवहारात या मूल्यांची कदर केली जाते की नाही हे डोळ्यात तेल घालून पाहावे लागेल. आपल्या देशाच्या आणि समाजाच्या संदर्भातच आपल्याला

कामाबद्दल मिळणाऱ्या मोबदल्याचा विचार करावा लागेल. मुशाहिरा कमी असला तरी प्रत्येकाला आपलं काम इमाने-इतबारे करावे लागेल, आपला बुरुज आपणाला सांभाळावा लागेल. प्राचीनकाळी माणसाच्या मनाची पोकळी भरून काढायला ईश्वरावरची श्रद्धा उपयोगी पडली. विज्ञान ज्याचा सारथी झाला आहे, अशा या नव्या काळात माणसाला माणसाविषयी वाटणारं प्रेम आणि अखिल मानवजातीविषयीची श्रद्धा या दोनच गोष्टी ही पोकळी भरून काढू शकतील. भौतिक समृद्धी व नैतिक संपन्नता ही समाज रथाची दोन चक्रं आहेत. या चाकांपैकी कोणतंही एक जिथं नादुरुस्त असेल, तिथं मानव सुखी होऊ शकणार नाही.

१. व्यवसाय हाच इहलोकाचा धर्म आहे या जाणिवेने त्याचे काटेकोर परिपालन. २. भोगलालसा उपभोगप्रियता वगैरे गोष्टी ही मानवाची प्रवृत्ती असली तरी व संपूर्ण निवृत्ती सामान्य मनुष्याला अशक्य असली तरी दैनंदिन जीवनात भोगलालसेवर आत्मनियंत्रण.

३. तत्वमसि हे जुन्या वेदांताचे मुख्य सूत्र याचा अर्थ ते म्हणजे 'अंतिम परब्रह्म तू आहेस.' त्याचा आधुनिक अर्थ ते म्हणजे तुझ्या बाहेरचे तुझ्या भोवतालचे. जे चराचर जग ते तू आहेस. तेव्हा भोवतालचे दीन, दु:खी, दलित व्यक्तीशी क्षणभर तरी समरस होऊन ते तू आहेस याची जाण दररोज आपल्या बधिर मनाला करून देणे. जो वेदांत, जे ब्रह्मज्ञान आणि जे धार्मिक आचार-विचार माणूस आपल्या कुटुंबातल्या इतर व्यक्तीशी वागताना आणि समाजात सर्वत्र वावरताना अंमलात आणू शकत नाही त्यांची गणना पोपटपंचीतच केली पाहिजे. पोपटपंची कधीही ठराविक शब्दापलिकडं जात नाही. ती एक क्षणिक करमणुकीची गोष्ट होऊन बसते.

अप्रकाशित ⊙ ⊙

◆

हे स्वाभाविक आहे !

◆

एक स्नेही भेटायला आले होते परवा. ते आहेत अर्थशास्त्राचे प्राध्यापक. आपल्या विषयात मोठा रस घेणारे. त्याचप्रमाणे समाजावर मनापासून प्रेम करणारे. गप्पागोष्टींच्या ओघात त्यांनी आपल्या एका सभेची हकीकत सांगितली. ती ऐकून माझं मन अस्वस्थ झालं. अनेक गोष्टींविषयी पुन: पुन्हा विचार करू लागलं.

माझे प्राध्यापक मित्र बोलत होते, ते बुद्धिमान आणि जबाबदार अशा श्रोत्यां समोर आणि त्यातले अनेक श्रोते अधिकारपदं भूषविणारे ! शासनयंत्रणा चालविणारे. माझे मित्र बोलत होते 'खासगी क्षेत्रातले उद्योगधंदे आणि सार्वजनिक क्षेत्रातले उद्योगधंदे' या विषयावर. खासगी क्षेत्रात वैयक्तिक नफ्याची दृष्टी असते. सार्वजनिक क्षेत्रात ती असता उपयोगी नाही. या क्षेत्रातले उद्योगधंदे तज्ज्ञ अधिकारी वर्गाने चालविले, तर अशा कारखान्यांतून निर्माण होणारा माल खासगी क्षेत्रातल्या कारखान्यांहूनही गिऱ्हाइकांना स्वस्त देता येणं शक्य आहे. असा त्यांच्या भाषणात एक सूर होता.

भाषण संपलं. रीतीप्रमाणं टाळ्यांच्या कडकडाट झाला. पण चहापानाच्यावेळी काही श्रोत्यांनी वक्त्याशी आपला मतभेद प्रकट केला. त्यांचं म्हणणं थोडक्यात असं होतं. सार्वजनिक क्षेत्रातल्या कारखान्यातला अधिकारी वर्ग आणि तज्ज्ञ मंडळी ही माणसंच असतात ना ? स्वार्थबुद्धी कुठल्या माणसाला सुटली आहे ? तेव्हा तिथंही काही अलीकडं पलीकडं

झालं, खोऱ्यानं माती आपल्याकडं ओढली, तर ते मनुष्य स्वभावाला धरूनच आहे. टीका किंवा गवगवा करण्यासारखं त्यात काय आहे ?

माणसाच्या हातून घडणाऱ्या चुका लहान असोत किंवा मोठ्या असोत, त्या मनुष्य स्वभावाला धरूनच आहेत असं आपण पुष्कळदा म्हणतो. हे म्हणता म्हणता नकळत आपण त्यांचं मंडन करत असतो. या समर्थनातली एक गोम अशी आहे की, मनुष्य प्राणी पृथ्वीतलावर निर्माण झाला तेव्हा, ज्या वासना- विकारांचा त्याच्या ठिकाणी उद्दाम आविष्कार होत होता, ते अद्यापही त्याच्या मनात तसेच थैमान घालीत आहेत असं आपण गृहित धरतो. स्वभावाला औषध नाही ही मराठी म्हण काय, किंवा स्वभावो मूर्ध्निवर्तते, हे संस्कृत वचन काय, दोन्हीतूनही एकच गोष्ट सूचित केली गेली आहे, ती म्हणजे माणसाचा स्वभाव कधीही बदलत नाही ही. ज्या काम क्रोधादी विकारांनी आदि मानवाच्या मनात थैमान घातलं असेल, तेच मनोविकार आजही तशाच नागड्या उघड्या स्वरूपात मानवी मनावर अंमल गाजवीत आहेत, असे आपल्याला वाटते.

पण हे खरं आहे का ? आदिमानव आणि आजचा मानव यांच्यात जे अंतर पडलं असेल तर ते बाह्य स्वरूपात, खाण्यापिण्यात, कपड्यालत्त्यात आणि इतर अनेक दैनंदिन जीवनाला आवश्यक असणाऱ्या गोष्टीत. मात्र जेव्हा मनोविकार क्षुब्ध होण्याचा प्रसंग येतो, तेव्हा आदिमानव आणि आजचा मानव, हे अगदी जुळे भाऊ ठरतात. असा या विधानाचा अर्थ होऊ शकतो. विसाव्या शतकातील दोन महायुद्ध काय, हिरोशिमा, नागासाकीचं हत्त्याकांड काय, निरनिराळ्या राजकीय तत्त्वज्ञानांच्या बुरख्याखाली जगभर चाललेले संघर्ष काय, किंवा सामाजिक आणि आर्थिक समतेचा दोन्ही हातांनी नगारा बडविला जात असताना जगातल्या विविध देशांत, समाजांत, एका देशातल्या नानाविध स्तरांत, एका समाजाचे घटक असलेल्या जाती, पोटजातीत काय, जी भयानक विषमता आढळून येते, ती पाहिली म्हणजे मनुष्य स्वभावात गेल्या हजारो वर्षांत काही फरक पडलेला नाही असंच वाटू लागतं. तो आतून हिंस्त्र पशू एवढाच क्रूर, लोभी आणि स्वत:च्या पलीकडं न पाहणारा असाच राहिला आहे या जाणिवेनं मन व्यथित होतं. हे सारं मनुष्य स्वभावाला धरून आहे, हे स्वाभाविकच आहे, माणूस म्हटलं की तो असाच वागायचा हे उद्‌गार आपल्या पाचवीला पूजले आहेत.

पण ते सर्वस्वी खरे नाहीत असं मला वाटतं. मनुष्य जन्मत: चांगलाच असतो असं गृहीत धरणाऱ्या रुसो, गांधी किंवा विनोबा यांच्यासारखे विचारवंत एकांगी विधानं करीत आहेत हे मी माझ्या आयुष्यातल्या अनुभवांवरून म्हणू शकेन. पण याचा अर्थ तो जन्मत: वाईट असतो असाही होत नाही. मनुष्य जन्माला येताना जे वासना, विकार बरोबर घेऊन येतो, त्यापैकी बहुतेकांची एका मर्यादेपर्यंत आत्मरक्षणाकरिता त्याला आवश्यकता असते. काम-क्रोध काय किंवा लोभ-मोह काय, एका विशिष्ट मर्यादेपर्यंत सर्वसामान्य माणसाचे मित्र असतात. त्याच्या जीवन चक्राला त्यांच्यामुळेच गती येते. हे सर्व मनोविकार शक्य तेवढे छाटून टाकले, तर प्रत्येक मनुष्याला साधू, बैरागी किंवा स्थितप्रज्ञच व्हावं लागेल. तेव्हा पृथ्वीतलावरचं माणसाचं जीवन हे केवळ एक अध्यात्मिक स्वप्नरंजन मानून चालणार नाही. मध्यान्हकाळ झाला की, माणसाला पोट भरावं लागतं. त्यासाठी काबाडकष्ट करावे लागतात. काही विद्या किंवा कला संपादन करावी लागते. केवळ आजची काळजी करून काम भागत नाही. ज्याच्या घरात दुपारची भाकरी नाही, तो लाचार भिकारी होऊन रस्त्यावरून फिरू लागला, तरी ती त्याच्या पदरात पडेलच अशी खात्री देता येत नाही. इतरांनी आपली कीव करावी, आणि त्यांनी फेकलेल्या चार तुकड्यांवर आपण जगावं, हे माणसांच्या अस्मितेलाही सहन होत नाही.

शिवाय जे नानाप्रकारचे मानवी मनोविकार वणव्याप्रमाणं भडकले म्हणजे वैयक्तिक, कौटुंबिक आणि सामाजिक स्वास्थ्याची राख रांगोळी करतात, तेच मनोविकार योग्य रीतीनं नियंत्रित करून उदात्तीकरणांच्या दिशेनं वळविले, तर मानवी जीवनात मांगल्य निर्माण करतात. प्रेम, त्याग, करूणा, न्याय इत्यादी जी मूल्य आपण चिरंतन मानतो, त्यांचे उगम आपण शोधत गेलो, तर ती मानवाच्या जीवनेच्छेशी आणि त्या जीवनेच्छेचं पोषण करणाऱ्या सर्व वासनांशी संबद्ध आहेत असं दिसून येईल. वासना या नदीला येणाऱ्या पुराप्रमाणं असतात. तो पूर नेहमीच दोन्ही तीरापलीकडं पसरतो. मोठमोठे वृक्ष उन्मळवून टाकतो. त्यांचं पाणीही नेहमी गढुळ असतं, पण नदीला काही बारा महिने पूर येत नाही. वर्षाकाल संपल्यानंतर शरदऋतूत नदीच्या पात्रातलं पाणी जसं आपल्या मर्यादेत मोठ्या निर्मळपणानं खळखळत असतं, तशा माणसाच्या सर्व वासनाही जगाचा त्याला जसजसा अनुभव येतो, वयाची तीन-चार

दशकं मागं पडतात, तसतसा त्या वासनांचा उत्छृंखलपणा कमी होऊन, माणसाच्या अंगी एक प्रकारचा संयम येऊ शकतो. अनेक वासनांचे रुपांतर भावनात होऊ शकतं.

उद्दाम वासना हा प्रकृतिधर्म आहे. संयम, वासना आणि त्यातून निर्माण झालेल्या उच्च पातळीवरील भावना, हा संस्कृती धर्म आहे. आदिमानवाच्या पहिल्या पिढीपासून प्रकृती आणि संस्कृती यांचं द्वंद्वयुद्ध सुरू झालं आहे. ते सनातन आहे, चिरंतन आहे हे उघड आहे. कारण वासनाविरहित मानवी मन असूच शकत नाही. अशा मनुष्याचं जिणं हे एक प्रकारचं अचेतन जिणं होईल. पण संस्कृती जसजशी भौतिक, बौद्धिक आणि भावनिक अंगांनी पुष्ट होऊ लागते, तसतशी मानवाच्या उद्दाम प्रकृतिधर्माचं ती नियंत्रण करू लागते. काम क्रोधादी मनोविकारांचे हे बदलते आविष्कार एकाच आशयाची पुराणकथा, ऐतिहासिक कथा, आणि प्रचलित सामाजिक कथा, यांची तुलना केली तर लक्षात येतात. मात्र ही गोष्ट खरी, प्रकृतिधर्म हा गारूड्यानं टोपलीत ठेवलेल्या विषारी नागाप्रमाणं असतो. तो केव्हा फणा वर काढील याचा नेम नसतो. संस्कृतीची वाटचाल नेहमीच मुंगीच्या गतीनं होत असते. प्रथम काही श्रेष्ठ व्यक्तीच संस्कृती-धर्म आचरतात. मग त्यांचं अनुकरण करणारे लोक पिढ्यान्पिढ्या त्यांच्या पावलावर पाऊल टाकून चालू लागतात. अशी शतकंच्या शतकं लोटली, म्हणजे संस्कृतीचं एक पाऊल प्रकृतीच्या राज्यात स्थिर होतं.

म्हणूनच स्वार्थबुद्धी हा माणसाचा प्रकृतिधर्म आहे. हे मान्य केलं, तरी विसाव्या शतकात मार्क्स आणि गांधी यांच्यासारख्या महापुरुषांनी ती नियंत्रित करण्याचे नानाविध प्रयत्न केल्यावर, आणि जुन्या समाजाच्या रक्तात नसलेल्या सामाजिक संदर्भांचा जीवनात प्रवेश झाल्यावर त्या स्वार्थबुद्धीचं स्थानी, अस्थानी मंडन करणं, हे केवळ ढोंगीपणाचं लक्षण ठरेल. याचा अर्थ मानवीजीवन जी नवनवीन वळणं घेत चाललं आहे, त्यांच्याबरोबर धावण्याची शक्ती आपल्या अंगी नाही याचा तो कबुली जबाब होईल आणि काळाबरोबर जे धावू शकत नाहीत, ते सदैव मागासलेलेच राहतात. गुलामगिरीशिवाय त्यांच्या नशिबी दुसरं काहीच लिहिलेलं नसतं हे तर त्रिकालाबाधित सत्य आहे.

अप्रकाशित   ◉ ◉